தாரிணியின் சொற்கள்

தாரிணியின் சொற்கள்

சுரேஷ்குமார இந்திரஜித் (பி. 1953)

இயற்பெயர் என்.ஆர். சுரேஷ்குமார். பிறந்த ஊர் ராமேஸ்வரம். படித்ததும் வளர்ந்ததும் பணிபுரிந்ததும் வாழ்வதும் மதுரையில். மதுரை மாவட்ட வருவாய்த்துறையில் சிரஸ்தாராகப் பணிபுரிந்து 2011இல் ஓய்வுபெற்றார். இவருடைய இலக்கியப் பணிக்காக 2020ஆம் ஆண்டுக்கான விஷ்ணுபுரம் விருது வழங்கப்பட்டது.

தொடர்புக்கு: sureshkumaraindrajith@gmail.com

ஆசிரியரின் பிற நூல்கள்

- அலையும் சிறகுகள் (1982)
- மறைந்து திரியும் கிழவன் (1993)
- மாபெரும் சூதாட்டம் (2005)
- அவரவர் வழி (2009)
- நானும் ஒருவன் (2012)
- நடன மங்கை (2013)
- இடப்பக்க மூக்குத்தி (2017)
- பின் நவீனத்துவவாதியின் மனைவி (2018) கிளாசிக் சிறுகதைகள்
- கடலும் வண்ணத்துப்பூச்சிகளும் (2019) நாவல்
- அம்பிகாவும் எட்வர்ட் ஜென்னரும் (2020) நாவல்
- ஒரு பாடகி ஒரு மாயப்பிறவி (2021) நாவல்
- நான் லலிதா பேசுகிறேன் (2022) நாவல்
- சுரேஷ்குமார இந்திரஜித் சிறுகதைகள்: 1981–2020 (2022)

தொகுப்பு

- டெர்லின் ஷர்ட்டும் எட்டு முழ வேட்டியும் அணிந்த மனிதர் — ஜி. நாகராஜன் (1993) கிளாசிக் சிறுகதைகள்

சுரேஷ்குமார இந்திரஜித்

தாரிணியின் சொற்கள்

காலச்சுவடு பதிப்பகம்

● அன்பார்ந்த வாசகருக்கு,

வணக்கம்.

காலச்சுவடு நூலை வாங்கியமைக்கு நன்றி.

நூலின் உள்ளடக்கம், உருவாக்கம், அட்டைப்படம் இன்ன பிற அம்சங்கள் பற்றிய உங்கள் கருத்துகளையும் ஆலோசனைகளையும் காலச்சுவடு வரவேற்கிறது. தகவல், எழுத்து, வாக்கியப் பிழைகள் தென்பட்டால் கட்டாயம் தெரிவித்து உதவுங்கள். நூல் தயாரிப்பில் கடும் குறைபாடு இருப்பின் மாற்றுப் பிரதி உங்களுக்குக் கிடைக்கக் காலச்சுவடு ஏற்பாடு செய்யும்.

மின்னஞ்சல்: publisher@kalachuvadu.com

காலச்சுவடு நாகர்கோவில் தலைமையகத்துக்கும் கடிதம் அனுப்பலாம்.

தங்கள்
எஸ். ஆர். சுந்தரம் (கண்ணன்)
பதிப்பாளர் — நிர்வாக இயக்குநர்

தாரிணியின் சொற்கள் ♦ குறுங்கதைகள் ♦ ஆசிரியர்: சுரேஷ்குமார இந்திரஜித் ♦ © சுரேஷ்குமார இந்திரஜித் ♦ முதல் பதிப்பு: டிசம்பர் 2022 ♦ வெளியீடு: காலச்சுவடு, 669, கே. பி. சாலை, நாகர்கோவில் 629001

காலச்சுவடு பதிப்பக வெளியீடு: 1115

taariNiyin coRkaL ♦ Microfiction ♦ Author: Sureshkumara Indrajith ♦ ©Sureshkumara Indrajith ♦ Language: Tamil ♦ First Edition: December 2022 ♦ Size: Demy 1x8 ♦ Paper: 18. 6 kg maplitho ♦ Pages: 144

Published by Kalachuvadu, 669, K. P. Road, Nagercoil 629001, India ♦ Phone: 91-4652-278525 ♦ e-mail: publications@kalachuvadu. com ♦ Printed at Adyar Students xerox Pvt. Ltd., No. 275 Habibullah Road, Triplicane high Road, Opp Triplicane Post Office, Triplicane, Chennai 600005

ISBN: 978-93-5523-236-6

தேவேந்திர பூபதிக்கு

பொருளடக்கம்

முன்னுரை	11
1. வரையாத படம்	13
2. இறுதிக் காலம்	15
3. வெள்ளைச் சேலை	17
4. குதிரை	19
5. பாட்டு	21
6. குளியல்	23
7. பத்மினி	26
8. ஞானம்தான் ஏதுக்கடி	29
9. விருப்பம்	31
10. என் வாசகி	34
11. பறவை	37
12. பால் டம்ளர்	40
13. பெண்ணியப் புலி	43
14. மேஜிக்	46
15. அந்தச் சொற்கள்	48
16. கடந்த காலம்	51
17. கச்சேரி	54
18. தாரிணியின் சொற்கள்	57

19. மகத்தான சக்தி	60
20. ஆணும் பெண்ணும்	63
21. காதல் புனிதமானது	65
22. மனித மனம்	68
23. காரணம்	71
24. மாறியது நெஞ்சம்	74
25. உறவு என்பது ...	78
26. ஒடிக்கொண்டிருக்கும் நதி	81
27. சவுந்தர்யா – சுப்புலட்சுமி	84
28. கண்ணாடிப் பொருள்	87
29. முறிந்த காதல்	90
30. காதலன் காதலி	93
31. காதல் சைக்கோ	96
32. காத்திருந்த திருமணம்	99
33. நர்மதாவின் சிரிப்பு	102
34. மாற்றங்கள்	105
35. ஆசைமுகம்	108
36. தயிர் டப்பா	110
37. கடவுளின் பரிசு	114
38. கடல் அலைகள்	117
39. மூதாதையர்கள்	120
40. ஆரம்பம்	123
41. தந்தையும் மகனும்	126
42. நினைவுகள்	129
43. நவீன கனவு	132
44. பாகம்பிரியாள்	135
45. மஞ்சள்நிற அழகி	139

முன்னுரை

இது என்னுடைய இரண்டாவது குறுங்கதைத் தொகுப்பு. பொதுவாகவே அளவில் சிறிய சிறுகதைகள் எழுதும் எனக்குக் குறுங்கதைகள் எழுதுவது மிகவும் சௌகரியமாக அமைந்துவிட்டது.

இந்தத் தொகுப்பில் 45 குறுங்கதைகள் உள்ளன. இவற்றில் 30 குறுங்கதைகள் அச்சு இதழ்களிலும் இணையதள இதழ்களிலும் பிரசுரமானவை. குறுங்கதைகளின் கீழே பிரசுர விவரம் குறிப்பிடப் பட்டுள்ளது. 15 குறுங்கதைகள் இதற்கு முன் எதிலும் பிரசுரமாகாதவை.

இக்குறுங்கதைகள் பல தளங்களைக் கொண்டவை. சில சிறுகதையாகவோ நீண்ட கதை யாகவோ விரித்திருக்கக்கூடியவை. முன்னோடி புதுமைப்பித்தனின் மொத்தக் கதைகளை வீ. அரசு தொகுத்திருக்கிறார். அப்புத்தகத்தை வாங்கிப் படித்தேன். மொத்தம் 102 கதைகள். அதில் தழுவல் கதைகள் என்று 11 கதைகள் வகைப்படுத்தப் பட்டிருந்தன. 91 கதைகளில் பெரும்பான்மையான கதைகள் 4 அல்லது 5 பக்கங்களுக்குள் உள்ளன. மொத்தக் கதைகளிலுமே தொனிக்கும் குரல் கடவுள், புனிதம், லட்சியம், தத்துவம், இத்யாதி விஷயங்களைத் தலைகீழாக்கி, பகடி செய்வதாக இருக்கிறது.

குறுங்கதை ஒரு நல்வடிவம். சுருக்கமாக பல விஷயங்களையோ, ஒரு விஷயத்தைச் சொல்லிப் பல பரிமாணங்களையோ குறுங்கதையில்

கொண்டுவர முடிகிறது. செக் நாட்டில் பிறந்தவரும் பிரான்ஸில் வசிப்பவருமான *Milan Kundera, 'The Art of Condensation'* பற்றி எழுதியிருக்கிறார்.

நான் எழுதுவதைத் தட்டச்சு செய்பவரும், நான் ஆலோசனை செய்பவருமான ஸ்ரீநிவாச கோபாலனுக்கும், குறுங்கதைகளைப் பிரசுரம் செய்த இணையதள, அச்சு இதழ் ஆசிரியர்களுக்கும் திருத்தம் செய்து உதவிய நண்பர் சிவராமனுக்கும், நான் எழுத மறைமுகத் தூண்டுதலாக இருக்கும் தேவேந்திர பூபதிக்கும் சுனில் கிருஷ்ணனுக்கும் என் நன்றிகள்.

இந்தக் குறுங்கதைத் தொகுப்பை வெளியிடும் காலச்சுவடு பதிப்பாளர் நண்பர் கண்ணன், காலச்சுவடு பதிப்பகப் பொறுப்பாளர் நண்பர் அரவிந்தன், பதிப்பகப் பணியாளர்கள் ம.ஸ்டெனோலின், மணிகண்டன் ஆகியோருக்கும் என் நன்றிகள்.

மதுரை **சுரேஷ்குமார இந்திரஜித்**

30.08.2022

1

வரையாத படம்

என்னிடம் ஒரு சிக்கலான மனப்பழக்கம் உண்டு. என் கணவர் இடத்தில் இன்னொருவரை வைத்துக் கற்பனை செய்து பார்ப்பேன். அந்த இன்னொருவர் என்று யாருமில்லை. என் மனக்கற்பனைதான். நான் கம்பெனியில் வேலை பார்த்துவிட்டுக் களைத்துப்போய் வீட்டிற்கு வருவேன். அவர் சோபாவில் உட்கார்ந்து டி.வி. பார்த்துக்கொண்டிருப்பார். கழுத்தைத் திருப்பி என்னைப் பார்த்துவிட்டு மீண்டும் டி.வி. பார்க்க ஆரம்பித்துவிடுவார். நான் எதிர்பார்க்கும் கணவர் எழுந்து வந்து நான் கொண்டுவந்த பொருட் களை வாங்கி என்னை அழைத்துச் செல்வார். டீகூட தயாரித்துக் கொடுப்பார். இது ஒரு உதாரணத்திற்குத்தான். இதுபோல் பல சந்தர்ப்பங்கள். சில வெட்கம் கெட்ட சந்தர்ப்பங்களும் உண்டு. இந்த மனப்பழக்கம் பெருகிப்பெருகி எனக்குப் பிரச்சினையாகமாறியது. எனவே இந்தப் பழக்கத்தைக் கைவிட முடிவு செய்தேன். சற்று சிரமப்பட்டு இந்தப் பழக்கத்தைக் கைவிட்டேன். எந்த மனக்கற்பனை யும் இப்போது எனக்கு வருவதில்லை.

ஆனால் என் கணவர் மாறிவிட்டார். நான் எதிர்பார்த்த மாதிரியே நடக்க ஆரம்பித்தார். இது எனக்கு விந்தையாக இருந்தது. நான் அவரிடம் கேட்டேன், "நீங்கள் மாறிவிட்டீர்களே." அவர் கூறினார். "ஆமாம், நீ என்னிடம் எதிர்பார்ப்பது என்ன என்று அறிந்துகொண்டேன். எப்படி என்றால் நீ ஒரு நோட்டுப் புத்தகத்தில் ஏதாவது

கிறுக்கிக்கொண்டிருப்பாய். அந்த நோட்டு என் கண்ணில் பட்டது. அதில் ஒரு படத்தை அடிக்கடி வரைந்திருந்தாய். அந்தப்படம் ஒரு பெண் ஆற்றங்கரையில் தன்னந்தனியாக நிற்கும் படம். அந்தப் படம் உன் உள்ளத்தில் என்ன இருக்கிறது என்று எனக்குச் சொல்லியது."

அப்படியொரு படத்தை நான் வரையவே இல்லை. நோட்டுப் புத்தகத்தை எடுத்துப்பார்த்தேன். அப்படியொரு படமே இல்லை.

○

பேசும் புதிய சக்தி, ஜூன் 2021

2

இறுதிக் காலம்

தியாகராஜனுக்கு மரணம் உறுதியாகி விட்டது. எப்போது என்று யாருக்கும் தெரியாது. நல்ல நினைவு சக்தியோடு இருக்கிறார். கடந்தகால நினைவுகள் அவரைப் பரிகசிக்கின்றன. தவறவிட்ட சந்தர்ப்பங்கள். சந்தித்த அவமானங்கள். மனதை அலைக்கழிக்கும், துயரப்படுத்தும் சம்பவங்கள். இவ்வாறாக எதிர்மறை நினைவுகள் மட்டுமே வருகின்றன. மகிழ்ச்சியான நினைவுகள் எல்லாம் எங்கோ மறைந்துவிட்டன. நினைவுக்குக் கொண்டுவர முயற்சி செய்தாலும் மிகவும் மங்கலாக, சக்கையாக வருகிறது. ஏன் என்று தெரியவில்லை. தியாகராஜனின் முயற்சி இல்லாமல் நடிகர் சந்திரபாபு மட்டும் தானாகவே நினைவுக்கு வருகிறார். ஏன் இவர் மட்டும் நினைவுக்கு வருகிறார் என்பதற்கான காரணங்களை அவரால் அறிய முடியவில்லை. ஒரு நடிகையும் அவ்வப் போது வந்து தலைகாட்டிவிட்டுப் போகிறார். அவர் பெயர் தனுஜா. இப்போது கிழவியாகி விட்டார். இணையதளங்களில் தியாகராஜன் பார்த்தார். பார்ப்பதற்குச் சங்கடமாக இருந்தது. அவர் இந்தி நடிகை. இப்போது சினிமாக்களில் நடிக்கும் இந்தி நடிகை கஜோலின் தாயார். இதெல்லாம் மனதின் விசித்திரங்கள்.

சந்திரபாபு ஒரு படத்தில் பால்காரராக வருகிறார். ஒரு படத்தில் ரிக்ஷாக்காரனாக வருகிறார். ஒரு படத்தில் வாய்க்குள்ளிருந்து கோழிக்குஞ்சை எடுக்கிறார். நடனமாடுகிறார். வாழ்க்கையில்

மனைவியைக் காதலனுடன் சேர அனுப்பிவைக்கிறார். பட வாய்ப்புகளைக் கெடுத்துக்கொள்கிறார். 'பிறக்கும்போதும் அழுகிறான், மனிதன் இறக்கும்போதும் அழுகிறான்' என்று சோகமாகப் பாடிக்கொண்டே செல்கிறார். இந்தி ஹீரோக்களுடன் ஜோடியாக நடித்த தனுஜா கிழவியாக நிற்கிறார்.

50 ஆண்டுகளுக்கு முன் தலைமைச் செயலகத்தில் வேலை பார்க்கும் ஒருவரிடம் தியாகராஜன் 50 ரூபாய் கடன் வாங்கி யிருந்தார். அதைத் திருப்பிக் கொடுக்கவில்லை. சில காலமாகவே இந்த விஷயம் மனதில் குடைச்சல் கொடுத்துக்கொண் டிருக்கிறது. அதை நினைத்தவுடன் தியாகராஜனின் மனதில் கடன் கொடுத்தவர் சுவரில் சாய்ந்து நிற்கும் தோற்றம் துல்லியமாகத் தெரிந்தது. சற்று நேரத்தில் நெஞ்சில் பாரம் அழுத்துவது போலிருந்தது. பெரும் வலி உருவானது. மரணமடைந்தார்.

O

பேசும் புதிய சக்தி, ஜூன் 2021

3

வெள்ளைச் சேலை

என் விருப்பத்திற்குரியவள் பட்டு வெள்ளை ரவிக்கையும் சேலையும் அணிந்திருந்தாள். தேவதை போலிருந்தாள் என்று சொல்ல நான் விரும்பவில்லை. எந்த அர்த்தத்திற்காக தேவதை என்று சொல்கிறார்களோ அந்த அர்த்தத்தை விரும்பினேன். அந்த அர்த்தத்தைக் கொண்டிருந்தவள் இடுப்பில் கைவைத்து நின்றிருந்தாள். அந்தக் காட்சி என் மனதில் அப்படியே பதிந்துவிட்டது.

என் நண்பர் ஒருவர் தன்னுடைய நண்பரைப் பார்ப்பதற்காக என்னை ஒரு கிராமத்திற்குள் அழைத்துச் சென்றார். அநேகமாக ஊரிலுள்ள அனைவருமே தெலுங்கு பேசுகிறவர்கள். நிறையப் பெண்கள் வெள்ளை நூல் சேலையிலும் ரவிக்கையிலும் இருந்தார்கள். அவர்கள் விதவைகள் என்று நண்பர் சொன்னார். ஒரு கிராமத்தில் இவ்வளவு விதவைகளைக் கண்டது எனக்கு அதிர்ச்சியாகவும் தலைகீழ் பாண்டஸியாகவும் தோன்றியது. அது இந்தக் கிராமத்துப் பழக்கம் என்றார் நண்பர். அந்தப் பெண்கள் இயல்பாகப் பேசிச் சிரித்துக் கொண்டிருந்தார்கள். இந்தக் கிராமமும் அந்தப் பெண்களும் அரிய காட்சியாகத் தோன்றினார்கள்.

என் விருப்பத்திற்குரியவளும் தெலுங்கு பேசுகிறவள். அவளுக்குத் திருமணமாகியது. குழந்தை பெற்றுக்கொண்டாள். கணவனை இழந்தாள். நான் அதிகாரியாகவும் அவள் என்னிடம் கோரிக்கைக்காக வருபவளாகவும் ஒரு சூழல் அமைந்தது. என்னை

அவளுக்கு எப்போதுமே தெரியாது. வெள்ளை நூல் சேலை, ரவிக்கை அணிந்திருந்தாள். எனக்கு முன்னால் இருந்த நாற்காலியில் அவளை அமரச் சொன்னேன். அவள் அமர்ந்தாள். அவளை நான் நன்றாகப் பார்த்தேன். அதை அறிந்து அவள் கூச்சப்பட்டாள். அவளுடைய கோரிக்கையை நிறைவேற்றிக் கொடுத்தேன். இடைப்பட்ட நேரத்தில் அவளைப் பற்றி நான் எதுவும் விசாரிக்கவில்லை. கோப்பைப் பார்ப்பதும் அவளைப் பார்ப்பதுமாக இருந்தேன். பட்டு வெள்ளைச் சேலையும் ரவிக்கையும் அணிந்து அன்று என் மனதில் அவள் பதிந்ததை நான் நினைத்துக்கொண்டேன். அவள் என்னிடம் விடைபெற்றுச் சென்றாள். வெள்ளை நூல் சேலை ரவிக்கை அணிந்த அவள் சென்றுகொண்டிருப்பதைப் பார்த்தேன்.

O

பேசும் புதிய சக்தி, ஜூன் 2021

4

குதிரை

என்ன செய்வதென்று தெரியாமல் இருக்கும் போதுதான் அவள் நினைவு வந்தது. நான் அவளைத் தொட்டபோது என் கையை அவள் தள்ளிவிடுவாள் என்ற எண்ணமும் இருந்தது. ஆனால் அவளோ ஒன்றும் செய்யாமல் மௌனமாக இருந்தாள். இதை எனக்குக் கிடைத்த அதிர்ஷ்டம் என்று கருதினேன். அவள் கூறினாள், "எனக்கு இப்போது வயதாகிவிட்டது. நாம் இருவரும் பத்து ஆண்டுகளுக்கு முன் ஒன்றாக வேலை பார்த்தோமே. அப்போதே என்னை நீங்கள் தொட்டிருக்கலாமே. இப்போது என் தோற்றம் மாறிவிட்டது."

ஒழுக்கக் குறைவான நான், "அப்போதே நினைத்தேன். ஆனால், தொடத் தைரியம் வரவில்லை. நாம் இப்போது போல அப்போது தனி அறையில் வேலை செய்யவில்லை. பலரும் பார்க்கும் வகையில்தான் நமது சீட்கள் இருந்தன. அது ஒரு காரணமாக இருக்கும். அப்போது நீங்கள் வாளிப்பான குதிரைபோல இருப்பீர்கள்" என்றேன்.

"குதிரையா, குதிரைபோல என்றால் என்ன அர்த்தம்" என்றாள்.

இதென்ன சோதனை. நான் சொதப்புகிறேன் என்று உணர்ந்தேன். குதிரையின் வலுவோடும் வாளிப்போடும் ஒப்பிடுகிறேன் என்று அவளுக்குத் தெரியவில்லை.

"குதிரை போல அழகாகவும் ஸ்ட்ராங்காகவும் இருந்தீர்கள் என்ற அர்த்தத்தில் சொன்னேன்" என்றேன்.

"ஸ்ட்ராங்னா நான் பளு தூக்குறவ போல இருந்தேனா. குதிரை அழகா இருக்குமா" என்றாள்.

நான் மேலும் சொதப்பிக்கொண்டிருப்பதாக உணர்ந்தேன். "தவறுதான். கிளி போல இருந்தீர்கள் என்று நான் சொல்லியிருந்திருக்க வேண்டும்" என்றேன்.

"என் மூக்கு என்ன வளைந்தா இருக்கிறது. என்ன பேச்சு பேசுகிறீர்கள். நீங்கள் என்னைக் கேவலப்படுத்துகிறீர்கள்."

இந்த உரையாடல்வரை என் கையை அவள் தொடை மீது வைத்திருந்தேன். இப்போது நான் கையை எடுத்துவிட்டேன். பிறகு அவளை நான் தொடவில்லை. என்னைப் பார்க்கும்போது அவள் முகத்தில் முறைப்போ விறைப்போ தோன்றுவதையும் பார்த்தேன்.

குதிரை என்ற படிமம் எல்லாவற்றையும் கெடுத்துவிட்டது.

o

மயிர் இணைய இதழ், மே 2021

5

பாட்டு

அப்போது கள்ளுக்கடைகளும் சாராயக் கடைகளும் இருந்தன. நானும் என் நண்பன் ஒருவனும் சாராயம் வாங்கிக் குடித்தோம். பெரிய திறந்தவெளி. தரையில் ஆற்று மணலைப் பரப்பியிருந்தார்கள். மேலே கொட்டகை. ஆங்காங்கே தரையில் அமர்ந்து குடித்துக்கொண்டிருந்தார்கள். அதில் ஒருவரைச் சுற்றிச் சிலர் அமர்ந்திருந்தார்கள். வழக்கமாக வருபவர்கள் போல் இருந்தார்கள்.

அந்த ஒருவர் திடீரெனப் பாட்டுப் பாடினார். டி.எம்.எஸ். பாட்டு. 'நான் பெற்ற செல்வம் நலமான செல்வம்' என்று அந்தப் பாட்டு ஆரம்பிக்கும். அருமையாக உருக்கமாகப் பாடினார். நண்பன் பரோட்டா கடைக்குச் செல்ல அழைத்துக் கொண்டே இருந்தான். பாட்டு முடியும்வரை கேட்டுக்கொண்டிருந்துவிட்டு நாங்கள் பரோட்டா கடைக்குக் கிளம்பினோம்.

அந்தப் பாட்டு வரும் படத்தை நான் பார்த்திருக்கிறேன். தாயை இழந்த குழந்தையைத் தொட்டிலில் ஆட்டிக்கொண்டே சிவாஜி கணேசன் அந்தப் பாட்டைப் பாடுவார். என் மனைவி இறந்து விட்டாள். என் மகனை என் விதவைத் தாயார் பார்த்துக்கொண்டிருக்கிறார். எனக்கு என் மகன் நினைவு வந்துவிட்டது. என் தாயாருக்குத் திடீரென்று ஏதாவது ஆகிவிட்டால் என் மகனின் கதி என்ன ஆகும் என்று யோசிக்கும்போது எனக்கு மனம் கலங்கியது. குடித்துவிட்டு ஜாலியாக இருக்கலாம்

என்று வந்த இடத்தில் ஒரு படுபாவி இந்தப் பாட்டைப் பாடி என் மனதை நிலைகுலைய வைத்துவிட்டான்.

நாங்கள் பரோட்டா சாப்பிட்டுக்கொண்டிருந்தபோது அந்தப் பாட்டுப் பாடியவர் ஒரு நண்பருடன் பரோட்டாக் கடைக்குச் சாப்பிட வந்து அடுத்து இருந்த மேஜையில் உட்கார்ந் தார். நன்றாக கவனித்துப் பார்த்தேன். நாடக நடிகர் போல் இருந்தார். மேஜையிலிருந்து எழுந்து என் முன் நின்றார். "நான் உங்களைக் கவனித்தேன். அந்தப் பாட்டு உங்களைத் தொந்தரவு செய்ததா" என்றார். "ஆம்" என்றேன். "உங்கள் பையன் நன்றாக வருவான். கவலைப்படாதீர்கள்" என்று சொல்லிவிட்டு அவர் உட்கார்ந்திருந்த இடத்திற்குச் சென்றுவிட்டார்.

நாங்கள் சாப்பிட்டுவிட்டு அவரவர் வீட்டிற்குச் சென்றோம். என் வீட்டின் வாசலில் நின்றேன். ஜன்னல் வழி பார்த்தேன். தாயார் என் மகனைத் தொட்டிலில் வைத்து ஆட்டிக்கொண் டிருந்தார். "நான் பெற்ற செல்வம் நலமான செல்வம்" என்ற பாட்டை அவர் பாடிக்கொண்டிருப்பதைக் கண்டேன்.

○

மயிர் இணைய இதழ், மே 2021

6

குளியல்

மனைவியின் முகம் மாறிக்கொண்டிருப்பதை சங்கர் உணர்ந்தான். இனிமையும் நல்ல சுபாவமும் முகம் சுளிக்காத தன்மையும் கொண்ட அவள் தற்போது மாறிவிட்டாள். தொற்று பற்றிய பயம்; சகஜ வாழ்வை இழந்துவிட்ட சூழல்; கைகளை அடிக்கடி கழுவிக்கொண்டிருப்பது ஆகியவற்றில் மனம் பாதிப்படைந்து முகமும் மாறிவிட்டது. சங்கருக்குத் தன்னுடைய முகமும் மாறிவிட்டதோ என்று தோன்றி அடிக்கடி கண்ணாடியில் பார்ப்பான். முதுமைக்கான அறிகுறிகள் இருப்பதாகத் தோன்றியதே தவிர முகம் மாறிவிட்டதாகத் தோன்றவில்லை.

ஒருநாள் கண்ணாடியில் முகம் பார்த்துக் கொண்டிருந்தபோது, கண்ணாடிக்குள் போய்விட முடியும் என்றும் அங்கு பல மனிதர்கள் இருப்பார்கள் என்றும் தோன்றியது. கண்ணாடிக்குள் நுழைந்தான். பெரிய கண்ணாடி மாளிகை. நிறைய ஆண்களும் பெண்களும் இருந்தார்கள். அவர்களுடைய பாவனைகளிலிருந்து அவர்கள் கணவன், மனைவி என்று அறிந்தான். சத்தமான குரலில் அவர்கள் சண்டையிட்டுக்கொண்டிருந்தார்கள். கணவன் மனைவியைக் குறை கூறியும் மனைவி கணவனைக் குறை கூறியும் கத்திக்கொண்டிருப்பதாக சங்கருக்குத் தோன்றியது.

பூனைகள் அந்தப் பெரிய கண்ணாடி மாளிகையில் ஆங்காங்கே அலைந்துகொண்டிருந்தன. சண்டையிட்டு ஓய்ந்துபோனவர்கள் அங்கிருந்த

தண்ணீர் கேனிலிருந்து தண்ணீர் குடித்துவிட்டு சண்டைக்குத் தயாரானார்கள். அப்போதுதான் ஏதோ ஒரு வாசல் வழியே அந்தக் கண்ணாடி மாளிகைக்குள் நுழைந்த தன் மனைவி தன்னைத் தேடிக்கொண்டிருப்பதைப் பார்த்தான். எங்கேயாவது ஒளிந்துகொள்ளலாமா என்று பார்த்தான். அந்தக் கண்ணாடி மாளிகையில் ஒளிவதற்கு வசதியான இடம் இல்லை. எனவே இருந்த இடத்திலேயே நின்றான். மனைவி அவனை நோக்கி வந்தாள். அருகில் வந்ததும் அன்று காலையில் நடந்த ஒரு விஷயத்தை எடுத்துக்கொண்டு சண்டைபோட்டாள். அவள் தன்னை நோக்கி வரும்போதே சண்டைக்குத் தேவையான சக்தியை மனத்தில் திரட்டிக்கொண்டிருந்தது இப்போது வசதியாக அமைந்துவிட்டது. பதிலுக்கு சண்டைபோட்டான். சண்டை போடுவதில் ஒருவருடைய வெற்றியைத் தீர்மானிப்பது குரல்தான். ஓங்கிய குரல் உள்ளவர் முன்பு எவ்வளவு கத்தினாலும் எடுபடாது. சங்கர் மனத்தில் திரட்டி வைத்திருந்த சக்தி எல்லாம் அவளுடைய ஓங்கிய குரல் முன்பு எடுபடவில்லை.

திடீரென்று விசில் சத்தம் கேட்டது. கனவானாகத் தோற்றம் தந்த ஒருவர் கண்ணாடி மாளிகையின் நடுப்பகுதியில் நின்றிருந்தார். “பத்து நிமிடம் எல்லோரும் ஓய்வெடுத்துக் கொள்ளுங்கள். சூடான டீ வருகிறது. தொண்டைக்கு இதமாக இருக்கும். இஞ்சி போட்ட டீ” என்றார். அமைதியானார்கள். டீயும் வந்தது. பெரும்பாலோர் டீயை உறிஞ்சிக் குடித்தார்கள்.

சங்கரும் டீ வாங்கிக் குடித்தான். தொண்டைக்கு இதமாக இருந்தது. மனைவியின் ஓங்கிய குரலில் தன் குரல் அமுங்கிப் போய்விடும்படி இயற்கையாகவே தன் குரல் அமைந்து விட்டதற்காக வருந்தினான். ஒவ்வொரு முறையும் தோல்வி யடைய வேண்டியிருக்கிறது. மனைவி டீயைக் குடித்து விட்டாள். சங்கர் இன்னும் பாக்கி வைத்திருந்தான்.

கண்ணாடி மாளிகையின் நடுவே நின்றிருந்த கனவான், “பத்து நிமிடம் முடியப்போகிறது என்பதைத் தெரிவித்துக் கொள்கிறேன்” என்றார். மீண்டும் விசில் சத்தம் கேட்டது. தம்பதிகள் மீண்டும் சண்டை போட ஆரம்பித்தார்கள். சங்கரின் மனைவி ரெஸ்ட் ரூம் போய்விட்டு வருவதாகவும் அதுவரை இங்கே இருக்குமாறும் சொல்லிவிட்டுச் சென்றாள்.

சங்கர் அந்தக் கனவான் பின்னாலே சென்றான். வாசல் அருகே வந்ததும் அவர் திரும்பிப் பார்த்தார். “அய்யா எனக்குக் குரல் வளம் இல்லை. தொண்டை ரிப்பேராகிவிட்டது. நீங்கள் என்னை வெளியே செல்ல அனுமதிக்க வேண்டும்” என்றான்

சங்கர். "உங்களைப் பார்த்தால் எனக்குப் பாவமாக இருக்கிறது. பலவீனமாகவும் இருக்கிறீர்கள். நீங்கள் சென்றுவிடுங்கள். உங்கள் மனைவி வெளியேற நான் ஏற்பாடு செய்கிறேன்" என்றார் கனவான்.

பின் அலமாரியிலிருந்து ஒரு துண்டை எடுத்து சங்கரிடம் கொடுத்தார். "சற்று தள்ளி ஆறு ஓடுகிறது. அதில் ஒரு குளியல் போட்டுவிடுவது நல்லது. உடல் கொந்தளிப்பு அடங்கும்" என்றார். சங்கர் துண்டை வாங்கிக்கொண்டு குளியல் போட ஆற்றை நோக்கிச் சென்றான்.

O

மயிர் இணைய இதழ், ஜூன் 2021

7

பத்மினி

நான் சங்கரபாண்டியிடம் பேச்சுவார்த்தையில் ஈடுபட்டிருந்தேன். நான் வேலை பார்க்கும் துறையில் என் தலைமையில் ஒரு அணி இருந்தது. எங்களுக்கு எதிர் அணி ஒன்றும் இருந்தது. அணியில் ஒரு சிறு குழுவை சங்கரபாண்டியன் வைத்திருந்தார். மன்றத் தேர்தலுக்கு நாங்கள் தயாராகிக்கொண்டிருந்தோம். சங்கரபாண்டியன் குழு பெரும்பாலும் எங்களின் எதிர் அணியுடன்தான் ராசியாக இருப்பார்கள். அந்த இணைப்பைத் துண்டிப்பதற்குத்தான் சங்கரபாண்டியனின் குழுவுக்கு இரண்டு பதவிகள் தருவதாகப் பேச்சுவார்த்தை நடந்துகொண்டிருக்கிறது. சங்கரபாண்டியன் நான்கு பதவிகள் கேட்டார். நான் இரண்டிலேயே நின்றுகொண்டிருந்தேன்.

எதிர் அணியில் மோசமானவர்கள் இருப்பதாகவும் நல்ல எண்ணம் கொண்டவர்கள் இல்லை என்றும் அவர் ஆதரிக்க வேண்டியது எங்கள் அணியைத்தான் என்றும் அழுத்தம் கொடுத்துக் கொண்டிருந்தேன். பேச்சுவார்த்தை பாரில் நடந்துகொண்டிருந்தது. சங்கரபாண்டியன் நிறையக் குடிப்பவர். மது வந்துகொண்டிருந்தது. நான் எப்போதும் லிமிட்தான். அதற்கு மேல் போக மாட்டேன்.

தங்களது குழு எதிர் அணியிடம் சேர்ந்தால் நாங்கள் தோற்பது உறுதி என்றும் அதனால் நான்கு

பதவிகள் கொடுக்க வேண்டும் என்றும் திரும்பத்திரும்ப அவர் கூறிக்கொண்டிருந்தார்.

கிருஷ்ணனை வழிபடுபவனும் தந்திரங்களில் சிறந்தவனுமான நான் அவரிடம் கூறினேன். எந்தப் பீடிகையும் இல்லாமல் பட்டென்று கூறினேன். "பத்மினியை நான் நீங்கள் பணிபுரியும் அலுவலகத்திற்கு மாறுதல் செய்கிறேன். என்ன சொல்கிறீர்கள்" என்றேன். அவர் திகைத்தார். ஆனால், உள்ளூரக் கிளர்ந்தார் என்று நான் உணர்ந்தேன்.

"நீங்கள் உங்கள் உறுதிமொழியைப் பழுதில்லாமல் செய்துவிட முடியுமா" என்றார்.

"நிச்சயம் முடியும். ஆனால், நீங்கள் எங்கள் அணிக்கு ஆதரவு தர வேண்டும். இரண்டு பதவிக்கு ஒப்புக்கொள்ள வேண்டும்" என்றேன்.

சங்கரபாண்டியன் சிக்கன் துண்டைக் கடித்துக்கொண்டே சிரிப்புடன், "சரி" என்றார். "பிராமிஸ்" என்றேன். பிராமிஸ் என்று என் கைமீது கை வைத்தார்.

சங்கரபாண்டியன் வசப்பட்டுவிட்டார் என்றும் இரண்டு பதவிகளுக்கு ஒப்புக்கொண்டுவிட்டார் என்றும் எங்கள் அணியினரிடம் கூறினேன். ஆச்சரியப்பட்டார்கள்.

தேர்தல் வேலைகள் நடந்துகொண்டிருந்தன. பத்மினியை மாறுதல் செய்து, சங்கரபாண்டியன் அதிகாரியாக இருக்கும் அலுவலகத்தில் அவளும் பணியில் சேர்ந்துவிட்டாள். பணியில் சேர்ந்ததை மாறுதல் செய்யும் அதிகாரியான என்னிடம் வந்து சொன்னாள்.

'சங்கரபாண்டியனால் பத்மினிக்கு ஏதும் தொந்தரவு வருமோ; அப்படியென்றால் நான் செய்த வேலை தவறாகிவிடுமே. நாங்கள் ஜெயிப்பதற்காக தவறான காரியம் செய்துவிட்டேனோ' என்று யோசித்துக்கொண்டிருந்தேன். எங்கள் அணியில் உள்ளவர்களுக்கு எங்கள் இருவருக்குமிடையே நடந்த டீல் பற்றித் தெரியாது.

சில நாட்கள் கழிந்து, பத்மினி என்னை அலுவலகத்தில் பார்த்தாள். "சார் ரொம்ப தேங்ஸ். ஏற்கெனவே இருந்த ஆபீஸ் ஒரே பிடுங்கல். நிறைய பைல்ஸ். இந்த ஆபீஸ் எனக்குப் புடிச்சிருக்கு. பைலும் கம்மி. ஆபீசர் தொந்தரவும் இல்லை" என்றாள்.

"சங்கரபாண்டியன் எப்படி இருக்கிறார்" என்று கேட்டேன்.

"அவர் ஜெண்டில்மேன் சார். என்னை ரொம்ப கண்ணியமா நடத்தறார். நான் வேலை பார்த்த ஆபீஸ்லேயே இதுதான் சார் பெஸ்ட்" என்றாள்.

"மாறுதல் பண்ணினதுலே உங்களுக்கு மகிழ்ச்சிதானே" என்றேன்.

"ஆமா சார். ரொம்ப தேங்ஸ் ஸார். மகிழ்ச்சிதான் சார்" என்றாள்.

எங்களுடன் பிரசாரத்திற்கு பத்மினியும் வந்தாள். அந்தத் தேர்தலில் நாங்கள் பெரிய வெற்றியடைந்தோம்.

O

மயிர் இணைய இதழ், ஜூன் 2021

8

ஞானம்தான் ஏதுக்கடி

அவர் ஊர்ப்பிரமுகர் இல்லை. ஆனால் உமாநாத்தைப் பொறுத்தவரை அவர் பிரமுகர்தான். காரியங்களைச் செய்துகொடுப்பதற்கு அவருக்கு எல்லா இடங்களிலும் ஆட்கள் இருந்தார்கள். அதனால்தான் உமாநாத் இந்த ஊரைத் தேர்ந்தெடுத்தார். எவ்வளவோ சிவன் கோயில்கள் இருக்க, இந்தக் கோயிலைச் சுற்றி மட்டும் எப்படி இவ்வளவு காவி உடைக்காரர்கள் இருக்கிறார்கள் என்று தெரியவில்லை. சிலர் பிரபலமாகிவிடுகிறார்கள்.

உமாநாத் இந்த ஊருக்கு வந்து இரண்டு மாதங்களாகிறது. முதலில் கஷ்டங்கள் இருந்தன. பின்னர் பழகிவிட்டது. மனைவி, மகன்களுடன் சண்டைபோட்டு இங்கு வந்துவிட்டார். வரும் முன்பே பிரமுகரிடம் ஒரு ஹால், ஒரு ரூம், மேற்கத்திய டாய்லெட் உள்ள வீடு வாடகைக்குப் பார்த்து வைத்திருக்குமாறு கூறியிருந்தார். உமாநாத் வந்து பார்த்தார். அவருக்கு இந்த வீடு போதும் என்று தோன்றியது. குடும்பச் சூழ்நிலை பற்றி ஏற்கெனவே பிரமுகரிடம் உமாநாத் கூறியிருந்தார்.

இங்கு வந்தபின் காலை வெயிலுக்கு முன்னும், இரவு வருவதற்கு முன்னும் இரண்டு தடவை கோயிலில் உள்ள வெளிப் பிரகாரத்தைச் சுற்றி வருவார். கோயிலைச் சுற்றித் திரியும் காவியுடைக்காரர்களை சாமியார் என்பதா, பிச்சைக்காரர் என்பதா, சந்தியாசி என்பதா என உமாநாத்தினால் கணிக்க முடியவில்லை. பிரகாரத்தைச் சுற்றிவரும் போது ஒருவர் பழக்கமானார். காவியுடை அணிந்தவர்.

பூர்வீகம் பற்றிக் கேட்கக் கூடாது என்பதால் என்ன பேசுவது என்று உமாநாத்திற்குக் குழப்பமாக இருந்தது. அவருக்குச் சிரித்த முகம். "நான் இந்த வெளிப் பிரகாரத்தைச் சுற்றும் நேரமும் நீங்கள் சுற்றும் நேரமும் ஒரே நேரமாக அமைந்துவிட்டது" என்றார்.

"ஆமாம். அப்படி நேர்வதுண்டு. இதற்கெல்லாம் காரணம் கண்டுபிடிக்க முடியாது. கோயிலை ஏன் பெரிசா கட்டி சாமியை ஏன் அதுக்குள்ளே வைச்சான். ஒவ்வொருத்தரும் ஒவ்வொண்ணு சொல்வாங்க. சாமி பெருசா தெரியணும்னா கோயில் பெருசா இருக்கணும். இல்லையா."

"இப்ப சின்னச் சின்ன கோயில்கள் இருக்கே."

"இப்ப நெனைச்சா பெரிசா கட்ட முடியுமா. பெரிய கோயில்கள் பாதை போட்டு வைச்சுருக்கு. அந்தப் பாதையிலே சின்னக் கோயில்கள்."

"உங்களுக்குப் பின்னாலே ஏதாவது தத்துவம், ஞானம் இருக்கா."

அவர் சத்தமாக வேண்டுமென்றே சிரித்தார். "ஆனந்தம் பொங்கி அறிவோடு இருப்போர்க்கே ஞானம்தான் ஏதுக்கடி" என்றார்.

அவர் தொடர்ந்து பேசினார். "உலகம் புதிர்மயமானது. மனிதனுக்கு உள்ள உறவுகள் அனைத்தும் புதிர்மயமானவை. குடும்பத்தோடு உள்ள உறவு. ஆபீஸோடு உள்ள உறவு. டீக்கடைக் காரரோடு உள்ள உறவு. எல்லாம் புதிர்மயம். நாளை வேறொரு ஸ்தலத்திற்குச் செல்கிறேன். இந்த ஸ்தலத்தை விட்டுப் பிரியும் நேரம் வந்துவிட்டது. வருகிறேன்." அவர் சென்றுவிட்டார்.

கோயிலுக்குள்ளேயே ஒரு சௌகரியமான இடத்தில் உட்கார்ந்தார். பிச்சைக்காரிபோல, மன நோயாளிபோல தோற்றம் தந்த பெண் ஒருத்தி வந்துகொண்டிருந்தாள். அவர் அருகே வந்ததும், "உமாநாத் சௌக்கியமா" என்று கேட்டுவிட்டுச் சென்றுகொண்டிருந்தாள்.

உமாநாத்திற்கு அதிர்ச்சியோ, ஆச்சரியமோ, அமானுஷ்ய எண்ணங்களோ, பயமோ ஏற்படவில்லை. எல்லாமே புதிர் மயம்தான் என்று நினைத்துக்கொண்டார்.

o

மயிர் இணைய இதழ், ஜூலை 2021

9

விருப்பம்

எனக்கு அந்த நடிகையிடமிருந்து போன் வந்தது. அடுத்த நாளே விமானத்தில் கிளம்பி வருமாறு தெரிவித்து, பணமும் என் வங்கிக் கணக்கிற்கு அனுப்பியிருந்தாள். அந்த நடிகையிடமிருந்து நறுமணம் வரும். அது என்ன வகையான வாசனைத் திரவியம் என்று தெரியாது. அந்த நறுமணம் மயக்க உணர்வைத் தரும்.

நான் ஓட்டலை அடைந்து அறைக்கும் சென்று விட்டேன். என்னைச் சந்திக்க வந்துகொண் டிருப்பதாக நடிகை தெரிவித்தாள். நான் அவளைச் சந்திக்க என்னைத் தயார்படுத்திக்கொண்டேன்.

நடிகை வந்துவிட்டாள். களைத்திருந்தாள். சோபாவில் உட்கார்ந்தாள். "பிரபலமானால் பெரிய தொல்லை. எங்கேயும் போக முடியாது. கூட்டம் சேர்ந்திரும். ஓட்டல் வாசல்லேயிருந்து இங்கே வர்ர வரைக்கும் மூணு இடத்திலே போட்டோவுக் காக நிக்க வேண்டியதாச்சு."

நடிகை என்னுடன் படித்தவள். அப்போது சினிமாவிற்கு என்னுடன் வந்திருக்கிறாள். முதலி லேயே சொல்லிவிட்டாள். "உன்மேல் எனக்கு காதல் கிடையாது. மத்த பசங்களுக்கு பயம் காட்றதுக்காக நான் போற இடத்துக்கு என்கூட வரணும்."

"என்னைப் பாத்தா பயந்துருவாங்களா" என்றேன்.

"நீ பாத்தா முரடா இருக்கே. எனக்கு ஏற்கனவே ஒரு ஆள் இருக்குன்னு நினைப்பாங்க. அது போதும். தொல்லை குறையும்" என்றாள்.

சினிமா தியேட்டரில் உட்கார்ந்திருந்தபோது பக்கத்து சீட்டில் இருந்த கைப்பிடியில் அவள் கை வைத்திருந்தாள். நான் நைசாக அவள் கைமீது கையை வைத்தேன். இன்னொரு கையினால் என் கைமீது அடித்தாள். நான் கையை எடுத்துக் கொண்டேன். உணர்வுகளைக் கட்டுப்படுத்திக்கொண்டு இருப்பது ரொம்ப சிரமம். ஆனாலும் அவள் கூட இருக்கும் சுகத்திற்காக ஒரு காலத்தில் செக்யூரிட்டி வேலை பார்த்துக் கொண்டிருந்தேன்.

"என்ன விஷயம்" என்றேன். அவளிடமிருந்து வந்த நறுமணத்தில் நான் கிறங்கிக்கொண்டிருந்தேன். அவள் அழைத்த விஷயத்தைச் சொன்னாள்.

"நான் இதை ஏத்துக்க மாட்டேன். திருமணமாகி நல்ல மார்க்கெட் இருக்கிற, கணவனும் உள்ள, அழகான நடிகை நீ, உனக்கு எதுக்கு இந்த யோசனை" என்றேன் நான்.

"அந்த காலத்துலே நீ என்னை அடையணும்னு ஆசைப்பட்டியா இல்லையா. இப்ப உனக்குச் சந்தர்ப்பம் கிடைச்சிருக்கு."

"அப்ப நீ ஆசைப்பட்டியா."

"ஆமா. ஆசைப்பட்டேன். ஆனா எனக்கு சினிமா நடிகை யாகணுங்கிற லட்சியம் இருந்துச்சு. அதனால அதைப் பொருட் படுத்தலை. இப்ப எனக்குக் குழந்தை வேணும்னு ஆசை வந்திருக்கு; உன் மூலமா."

"அது சாத்தியமா. நீ கல்யாணம் ஆனவ."

"எனக்குக் கருப்பையிலே உன் இந்திரியத்தை எப்படி காப்பாத்தறதுன்னு தெரியும். கருப்பையிலே கரு ஆகலைன்னா திரும்பவும் உன்னைக் கூப்பிடுவேன்."

"நான் பொறியிலே மாட்டிக்கிட்ட மாதிரி இருக்கு."

"பொறியிலே இல்லை. என் பிடியிலே. நீ மாட்டேன்னு சொல்லாதே. உனக்கு மூடு வர்றதுக்கு என்ன செய்யணும்."

"சினிமாவில் நீ நடித்த காதல் காட்சிகளில் ஒன்றை எனக்கு செல்லில் காட்டு" என்றேன்.

சுரேஷ்குமார இந்திரஜித்

அவள் காட்டினாள். கதாநாயகன் அவளைத் தடவினான், உதட்டை வைத்து முகத்தில் உரசினான். கட்டிப்பிடித்தான். உதட்டில் கைவிரலால் தட்டினான்.

செல் ஓடிக்கொண்டிருக்கும்போதே அவள் அவனை இறுக்கி முத்தமிட்டாள். அவன் அவளைக் கைகளால் தூக்கிப் படுக்கையில் கிடத்தினான். நறுமணம் கிறக்கியது. இப்படித்தான் பிரானேஷ் பிறந்தான். பின்னாளில் உலகம் புகழும் கிரிக்கெட் வீரனானான். அவனுக்கு இந்திய அரசின் உயரிய விருது கிடைத்தது. நானும் நடிகையும் அவனைப் பற்றிப் பெருமைப்பட்டோம். அவனை அவள் இதிகாச வீரன் என்று சொல்லுவாள்.

○

***மயிர்* இணைய இதழ், ஜூலை 2021**

10

என் வாசகி

எனக்கு ஒரு பெண்ணிடமிருந்து தொலைபேசி அழைப்பு வந்தது. பேசினேன். என்னுடைய வாசகி என்றாள். இப்படி ஒரு போன் வருவது என் எழுத்தாள வாழ்வில் இதுதான் முதல் தடவை. என்னைப் பார்க்க வேண்டும் என்றாள். நான் அடுத்த நாள் மாலை 4.00 மணிக்கு என் அலுவலகத்திற்கு வரச் சொன்னேன். எனக்கு இருப்புக்கொள்ளவில்லை. என்னைப் பார்ப்பதற்கு வாசகியா. வாசகர்களே வருவது இல்லை என்ற நிலையில் இது எனக்கு ஆச்சரியமாக இருந்தது.

அடுத்த நாள் எனக்குப் பரபரப்பாக இருந்தது. என் மேஜையையும் அறையையும் ஒழுங்கு செய்தேன். ஒருவேளை வயதான பெண்ணாக இருப்பாளோ. போனில் பேசிய கொஞ்ச நேரத்தில் வயதைக் கேட்க முடியுமா. சரி. பொறுத்திருந்து பார்ப்போம். பருமனான, வயதான, முகத்தோற்றம் சரியில்லாத ஒரு பெண் வருவாள் என்று தோன்றியது. அவள் எப்படியிருந்தாலும் என் வாசகிதான். என் ஆண் தன்மை அவள் அழகாக இருக்க வேண்டும் என்று விரும்பியது. பியூனிடம் சொல்லி ஏற்கெனவே பிளாஸ்க்கில் காபியும் பிஸ்கட்டும் வாங்கி வைத்திருந்தேன். மணி 4 ஆயிற்று. வரவில்லை. நான் இருக்கும் கண்ணாடி அறையிலிருந்து ஹாலின் வாசலைப் பார்த்துக்கொண்டிருந்தேன். வாசலில் கல்யாணி வருவது தெரிந்தது. இந்த நேரம் பார்த்து இவள் வருகிறாள். இரண்டு மாதத்தில் பணிஓய்வு பெற இருக்கிறாள். குற்றச்சாட்டுகள் நிலுவையில்

இருக்கின்றன. அது சம்பந்தமாக வருகிறாள். என் கண்ணாடிக் கதவைத் திறந்தாள். என் முன் நின்றுகொண்டே பேசினாள். உட்காரச் சொன்னால் ஒரேயடியாக உட்கார்ந்துவிடுவாள். துறை அவளை எப்படிப் பழிவாங்குகிறது என்று சொல்ல ஆரம்பிப்பாள். அது பல வருடக் கதையாக இருக்கும். அவளுக்கு நல்லது நடக்கும் என்றும் கவலைப்படாமல் இருக்குமாறும் கூறி அவளை அனுப்பிவைத்தேன். அந்த வாசகியை ஞாயிறு அன்று வீட்டுக்கு வரச்சொல்லியிருக்கலாம் என்று தோன்றியது.

ஹாலின் வாசலில் ஒரு பெண் தெரிந்தாள். அங்கிருக்கும் ஊழியரிடம் விசாரிப்பதைப் பார்த்தேன். பியூனைக் கூப்பிட்டு அனுப்பி அவளை உள்ளே வரச் சொன்னேன். அவள் வந்தாள். பார்ப்பதற்குப் பரவாயில்லாமல் இருந்தாள். அவள் என் பெயரைச் சொல்லி அவர்தானா என்று கேட்டாள். நான் அவளை அமரச் சொன்னேன்.

"ஸார் நீங்க எழுதற கதைகளில் எல்லாம் ஒரு மர்மம் இருக்கு ஸார். இதுதான் முடிவுன்னு சொல்ல முடியலே. அதுதான் எனக்குப் பிடிச்சுருக்கு" என்றாள்.

"நீங்கள் என்ன செஞ்சுக்கிட்டிருக்கிங்க" என்றேன்.

"நான் சம்பந்தர் கல்லூரியில் சைக்காலஜி பேராசிரியராக டெம்பரரியாக வேலை பார்க்கிறேன்" என்றாள்.

அவள் பேசினாள். "மனம் என்பது க்ளீன் ஷீட் இல்லை. குழப்பமானது. இந்தக் குழப்பத்தைச் சுமந்துகொண்டே மனுஷங்க அலைய வேண்டியிருக்கு. சிக்கலான நூல்கண்டுபோலக் குழப்பம்."

"ஆமாம். மனுஷங்களுக்கு அது பெரிய துயரம்தான். சுமந்துகொண்டிருக்கும் குழப்பத்தை வைத்துக்கொண்டே பேச வேண்டியிருக்கு. அதனால்தான் ரொம்பப் பேராலே தெளிவாவே எதையும் சொல்ல முடியாது. சிலர்னாலேதான் விஷயங்களைத் தெளிவா கம்யூனிகேட் பண்ண முடியுது" என்றேன்.

பிறகு நான் பேச்சை மாற்றினேன். "உங்க கணவர் என்ன செய்றார்."

"எனக்குக் கல்யாணம் ஆகலை ஸார். நான் ஆஞ்சநேய பக்தை."

"ஆஞ்சநேய பக்தையா."

"ஆமாம் ஸார். ஆஞ்சநேயரோடு நான் பேச முடியும். அவரும் என்னோடு பேசுவார். பிராய்டு, ஹேவ்லாக் எல்லிஸ்,

எரிக் ப்ரம், யுங் தியரிகளைப் பற்றி ஆஞ்சநேயரிடம் பேசுவேன். ஆஞ்சநேயர் நல்ல கருத்துக்கள் சொல்வார். எனக்கு அது ரொம்ப உபயோகமா இருக்கும். என் ப்ரெண்ட் ஒருத்திக்குக் கல்யாணமாகி, புருஷன் டார்ச்சர் தாங்காம பத்து நாட்களிலே தூக்குப் போட்டுச் செத்துப்போயிட்டா. அதிலிருந்து நான் தீவிர ஆஞ்சநேய பக்தையாகிட்டேன். முதல்லேயே பக்தை. இப்ப தீவிர பக்தை ஸார்."

"என்னை ஏன் பாக்கணும்னு நெனச்சிங்க."

"உங்க சிறுகதைத் தொகுப்பு 'காணாமல் போனவர்கள்' படித்தேன் ஸார். அக்கதைகளில் உள்ள மர்மங்கள் எனக்குப் பிடிச்சிருந்தது ஸார். நான் ஆஞ்சநேயர்ட்டே பேசறப்ப உங்கக் கதைகள் பற்றியும் மர்மங்கள் பற்றியும் சொன்னேன். அதற்கு ஆஞ்சநேயர், 'அந்த எழுத்தாளரைச் சந்திச்சு திகிலான கதை, துப்பறியும் கதை எழுதச் சொல்லு. அவர் தமிழ்நாட்டில் பிரபலமாகிவிடுவார்' என்று சொன்னார். அந்த விஷயத்தை உங்களிடம் சொல்லிவிட்டுப் போகலாம் என்றுதான் வந்தேன்" என்றாள்.

எனக்குத் தலை சுற்றுவது மாதிரி இருந்தது. மனக்குழப்பம் கூடியது. பியூன் பிளாஸ்கில் இருந்த காபியை டம்ளரில் ஊற்ற வந்தான். நான் அவனிடம், "வேண்டாம்" என்று சைகை காட்டினேன். பிறகு எழுந்து நின்று அந்தப் பெண்ணிடம், "உங்க ஆஞ்சநேயர் சொன்ன மாதிரியே திகில் கதை, துப்பறியும் கதை எழுதறேன்" என்றேன். அந்தப் பெண் எழுந்து நின்று என்னை வணங்கி வெளியேறினாள்.

நான் பியூனைக் கூப்பிட்டு காபி கொடுக்குமாறு கூறினேன். காபியைக் குடித்தேன்.

○

மயிர் இணைய இதழ், ஆகஸ்ட் 2021

11

பறவை

ஈஸ்வரனுக்குக் காபி குடிக்க வேண்டும் போலிருந்தது. மருமகளும் பேரனும் ஏ.சி. அறையில் கதவைச் சாத்திக்கொண்டு இருக்கிறார்கள். வெளியில் வந்தால் சொல்லலாம். கதவைத் தட்ட முடியாது. அறைக்குள்ளே நடந்துகொண் டிருந்தார். அவருக்கு நிசப்தத்தில் இருக்க முடியாது. ரேடியோவில் ஏதோ பாட்டு சத்தக் குறைவாகக் கேட்டுக்கொண்டிருந்தது. அவருக்குக் காபிபோடத் தெரியும். வீட்டில் மருமகள் இருக்கையில், கிச்சனுக்குள் நுழைந்து காபி போடுவதை அத்துமீறலாக அவள் கருதுவாள். மேலும் அது ஒரு சங்கடமான சூழ்நிலையாக இருக்கும்.

மருமகள் இருக்கும் அறையின் கதவு திறந்தது. அறையினுள் நடந்துகொண்டிருந்தவர் கதவு திறப்பதைப் பார்த்ததும் சேரில் உட்கார்ந்துவிட்டார். அறையிலிருந்து வெளியே வந்த மருமகள் அவர் சேரில் உட்கார்ந்திருப்பதைப் பார்த்துவிட்டு கிச்சனுக்குள் நுழைந்தாள். காபி தம்ளரை மேசையில் வைத்துவிட்டு அறைக்குள் சென்றுவிட்டாள். ஈஸ்வரன் காபியை எடுத்துக் குடித்தார்.

ஈஸ்வரனின் மனைவி இறந்து மூன்று மாத காலமாகிவிட்டது. இரண்டு மகன்கள். ஒரு மகன் ஹைதராபாத்தில் இருக்கிறான். இன்னொரு மகன் கோவையில் இருக்கிறான். கோவையில் இருக்கும் மகனின் வீட்டில்தான் ஈஸ்வரன் இருக்கிறார். எத்தனை தடவைதான் தினசரி பேப்பர்களைப் படிப்பது. ஓர் ஆங்கிலப் பத்திரிகை. ஒரு தமிழ்

பத்திரிகை. ஈஸி சேரில் சாய்ந்து ஆங்கில பேப்பரின் இண்டு இடுக்கெல்லாம் படிப்பார். தெரியாத வார்த்தைகளுக்கு அகராதியில் அர்த்தம் பார்ப்பார். ஜன்னல் வழியாகத் தெரியும் மரக்கிளைகளைப் பார்ப்பார். சலிப்படைந்ததும், அவர் அறையில் உள்ள டி.வி.யை ஆன் பண்ணுவார். பாட்டு சீனில் இருபது நபர்கள் குதித்து ஆட்டம் போட்டுக்கொண்டிருப் பார்கள். கதாநாயகியைச் சற்று நேரம் பார்ப்பார். பிறகு அணைத்துவிடுவார்.

ஹைதராபாத்தில் இருக்கும் மூத்த பையன் முஸ்லிம் பெண்ணைத் திருமணம் செய்துவிட்டுப் பிறகுதான் தெரிவித் தான். மனைவி உயிருடன் இருந்தபோது ஹைதராபாத்திற்குச் சென்று நான்கு நாட்கள் மனைவியுடன் தங்கியிருந்தார். அந்த மருமகளுக்குத் தமிழ் தெரியவில்லை. உருதும் தெலுங்கும் ஆங்கிலமும் பேசுகிறாள். அவளிடம் பேசிக்கொள்வது சிரமமாக இருந்தது. நல்ல பெண்ணாகத் தெரிந்தாள். இவர்களை மரியாதையுடன் நடத்தினாள். அவர்கள் வீடு இருக்கும் சாலை வாகனங்கள் போக்குவரத்தும் ஆட்கள் நடமாட்டமும் இரைச்சலும் உள்ளதாக இருந்தது. நான்கு நாட்கள் இருந்தது போதும் என்று திரும்பிவிட்டார்கள். மனைவி இறந்தபின், தன் குறைந்தபட்ச உடைமைகளுடன் கோவை வந்து இளைய மகனுடன் தங்கியிருக்கிறார்.

இளைய மகனின் வீட்டில் புழங்கும்போது தன்னை யறியாமல் ஏதேனும் தவறு நடந்துவிடுமோ என்ற அச்சத்துடன் இருப்பார். ஒருதடவை சாப்பிட்ட தட்டை எடுத்துக் கிச்சனுக்குள் சிங்க்கில் போடச் சென்றபோது கை தவறிக் கீழே விழுந்து விட்டது. கழிந்த உணவுப் பொருட்கள் சிதறிவிட்டன. சத்தம் கேட்டு மருமகள் வந்தாள். அவர் தேவையில்லாமல் பயந்துபோய், "நான் தொடச்சிடறேன்" என்று விளக்குமாறு, முறம், துணியைத் தேடினார். அவரை விலகச் சொல்லிவிட்டு மருமகள் அந்த வேலையைச் செய்வாள் என்று நினைத்தார். ஆனால் அவள் சுத்தம் செய்வதற்கான பொருட்களை அவரிடம் கொடுத்துவிட்டு டைனிங் டேபிள் சேரில் உட்கார்ந்துகொண்டாள். ஈஸ்வரனுக்கு இந்த வேலையெல்லாம் பழக்கமில்லை. "நான் தொடச்சிடறேன்" என்று சொன்னது தப்பு என்று உணர்ந்தார். எப்படியோ அந்த வேலையைச் செய்துவிட்டு அறைக்கு வந்து கை கழுவினார். மருமகள் எழுந்து வந்து அந்த இடத்தை மாப் பண்ணினாள்.

அவர் ஆங்கிலப் பத்திரிகையை எடுத்துப் பிரித்தார். கண்கள் பத்திரிகையின் மீது இருந்தன. கவனம் செல்லவில்லை. சற்று நேரம் அவ்வாறே இருந்தார். இங்கும் இல்லாமல் வேறெங்கு இருப்பது;

சுரேஷ்குமார இந்திரஜித்

வேறு வழியில்லையே என்று யோசித்தார். முதியோர் இல்லம் சரிவராது என்று ஏற்கெனவே சில இல்லங்களை மகன்களுக்குத் தெரியாமல் பார்த்து, அவை மிகவும் மன உளைச்சலை ஏற்படுத்தும் என்று அறிந்திருந்தார். பெரும் மாதாந்தரத் தொகைக்குச் சில வசதியான இல்லங்கள் கிடைக்கலாம். இங்கேயே இருந்து அல்லல்படுவதுதான் விதிக்கப்பட்டது என்று நினைத்தார்.

மனைவி சந்திராவை நினைத்துக்கொண்டார். நாற்பது ஆண்டு காலமாகக் கூட இருந்தாள். முதல் சில ஆண்டுகள் தவிர்த்து அவளை அவர் திட்டிக்கொண்டேதான் இருந்தார். அவளுக்கு மகிழ்ச்சியான வாழ்வைத் தான் கொடுக்கவில்லை என்று நினைத்தார். அவருக்கு வருத்தம் ஏற்பட்டது. ஜன்னல் வழியாகத் தெரிந்த மரக்கிளையில் இரண்டு பறவைகள் விளையாடிக்கொண்டிருப்பதைப் பார்த்தார். என்ன பறவைகள் என்று தெரியவில்லை. பறவைகள் மகிழ்ச்சியாக இருப்பது தெரிந்தது. அவர் பறவையாக மாறி இன்னொரு கிளையில் அமர்ந்தார். அந்தப் பறவைகள் இந்தப் பறவையைக் கண்டதும் பறந்து மறைந்துவிட்டன. அந்தக் கிளையில் அவர் பறவை யாகவே தனித்து உட்கார்ந்திருந்தார்.

O

மயிர் இணைய இதழ், ஆகஸ்ட் 2021

12

பால் டம்ளர்

முடிவு நெருங்கிக்கொண்டிருக்கிறது என்பதை வேலாயுதம் உணர்ந்துவிட்டார். உயிர் மெலிந்து விட்டது. உடல், சவம் எனப் பெயர் மாற்றம் எப்போது வேண்டுமானாலும் அடையலாம். நினைவுகள் ஏதோ வருகின்றன. நினைவுகள் வருவது அவருடைய கட்டுப்பாட்டில் இல்லை.

அப்பா பால்கோவா வாங்கி வருகிறார். "அது எப்படி, எப்படிங்க" என்று கேட்டுக்கொண்டிருக் கிறாள் சங்கீதா. "பஸ் போயிருச்சு" மகள். அவளைப் பின்னால் ஏற்றிக்கொண்டு பள்ளி பஸ்ஸைத் துரத்துகிறார். "உட்காருங்க". "இல்லை, நிக்கறேன்" என்று நிற்கிறார். பேரனின் முகம் மாறிவிட்டது. எரு, மண் மூடப்பட்ட அன்னையின் உடலைச் சுற்றிவருகிறார். அவரைப் பாராட்டிப் பேசுகிறார்கள். "எங்கேடா போனீங்க எல்லாரும்". "ஒரு நாயையும் காணோம்". "நான் ஒரு சுமை". "இருங்க வாரேன்". "எத்தனை தடவை கூப்பிடறது". "இருங்க வாரேன்".

சங்கீதா சொன்னாள். "இப்படியே இருந்திரலாம் போலிருக்கு". அவளுடனான கூடல். "அது எப்படி, எப்படிங்க" என்கிறாள் சங்கீதா.

"இது யார் தெரியுதா" விழித்துப் பார்க்கிறார். "இது சுப்பிரமணி. உங்க பையன். இது பேரன் சரவணன். இது மக தெய்வானை." கண்களை மூடிக்கொள்கிறார். அவர்களுக்குள் ஏதோ பேசிக்கொண்டு கலைகின்ற சத்தம் அவருக்குக் கேட்கிறது.

சுரேஷ்குமார இந்திரஜித்

பல பெண்கள் நினைவுக்கு வருகிறார்கள். பெயரும் உருவமும் தெரியவில்லை. நிகழ்வுகளை நினைவிற்குக் கொண்டுவர முடியவில்லை. தவிப்பு ஏற்படுகிறது.

‘மனிதர்களுக்கு வயதானாலும் காம உணர்வுகள் மறைந்து போவதில்லை. நினைவுகளிலாவது ஜீவிக்கிறது. மனிதன் உயிரோடு இருக்கும்வரை காமம் மறையாது. இப்போது பிரபலமாக இருக்கும் ஒரு எழுத்தாளர் பல ஆண்டுகளுக்கு முன் இந்தியா செக்ஸ் வறுமையிலிருக்கிறது என்று சொன்னார். கணவனுக்கு மனைவி; மனைவிக்குக் கணவன். விதிக்கப்பட்டதை ஏற்றுக்கொண்டு வாழ்க்கையைக் கழிக்க வேண்டும். பெரும்பாலான குடும்பங்களுக்குச் சிறிய, நடுத்தர வீட்டில் கூட்டுக் குடும்ப வாழ்க்கை. ஒரு சிறிய அறையில் படுத்திருக்க வேண்டும். குழந்தைகள் இருந்தால் பெரும் சிரமம். செக்ஸ் என்ற செயல் இப்படித்தான், இவ்வளவு இக்கட்டுக்குள் நடக்கிறது. இதில் காதலுக்கு எங்கே போவது.

திருமணத்திற்கு முன் சிலர் காதலிக்கிறார்கள். திருமணம் அவர்களுடன் நடைபெறும் வாய்ப்பு இல்லை. அந்தக் காதல் உணர்வுகள், காமத்தின் இன்பம்தான். பிற பெண்களிடம் ஆண்களும் பிற ஆண்களிடம் பெண்களும் கொள்ளும் காம உணர்வு பேரின்பம்தான். நினைவில் நிலைத்து நிற்பது. இத்தகைய அனுபவங்கள் இல்லாதவர்கள் சாவுப் படுக்கையில் படுத்திருக்கும்போதும் தாபத்துடன் இருந்து இறக்கிறார்கள். காமத்தைக் கண்டவர்கள் தாபத்துடன் இறப்பதில்லை. காம நினைவுகளுடன் இறக்கிறார்கள்.’

மேலே கண்ட பகுதி மருத்துவர் ஜார்ஜ் வெற்றி அரசு எழுதிய ஆய்வுக் கட்டுரையிலிருந்து எடுக்கப்பட்டது.

வேலாயுதம் புரண்டு படுத்தார். “அது எப்படி, எப்படிங்க” என்றாள் சங்கீதா. அவளின் முகம் தெளிவாகத் தெரியவில்லை. சங்கீதா கழட்டி வைத்திருந்த தாலியை எடுத்து அணிந்து கொண்டாள். ஆஸ்பத்திரியில் மின்விசிறிக்குக் கீழே இறந்து கிடக்கிறாள். அவள் மேல் போர்த்தியிருந்த துணி மின்விசிறிக் காற்றில் அலைகிறது. புரண்டு படுத்திருந்தவர் மல்லாந்து படுக்கிறார்.

விழித்துப் பார்க்கிறார். யார் யாரோ வந்து பார்க்கிறார்கள். ஒரு கிழவி, “கந்தத்துணி மாதிரியில்ல கெடக்கிறாரு. வசந்தி பாலை ஊத்து” என்கிறாள். வேலாயுதத்தின் மனைவி வசந்தி உள்ளே வருகிறாள். கட்டிலில் கிடக்கும் வேலாயுதத்தைப் பார்க்கிறாள். பிறகு வெளியேறி, டம்ளரில் பாலுடன் வருகிறாள். வேலாயுதம் படுத்திருக்கும் கட்டிலின் அருகே ஒரு ஸ்டூலைப்

போட்டு உட்கார்ந்து அவர் வாயில் பாலை ஊற்றினாள். அவர் தலையை அசைத்து நிறுத்தச் சொன்னார். ஏதோ பேச முயற்சி செய்தார். வசந்தி தலையை அவர் காதருகே கொண்டு சென்றாள். "நான் யார்னு உனக்குத் தெரியாது" என்றார். அவர் கரகரப்புடன் குழறிச் சொன்னதிலிருந்து அவர் சொன்னதை அவள் அறிந்துகொண்டாள். பால் டம்ளரை ஸ்டூலில் வைத்தாள். அறையை விட்டு வெளியேறினாள். கிழவி, "ஏம்மா மீதி பாலையும் கொடுக்க வேண்டியதுதானே. என்னமோ ஒன் காதுலே சொன்னாரே" என்றாள். அதற்கு வசந்தி பதில் சொல்லவில்லை.

○

காலச்சுவடு, ஆகஸ்ட் 2021

13

பெண்ணியப் புலி

நான் சும்மா உட்கார்ந்திருந்தேன். தவறு. பால்கனியில் அமர்ந்து ரோட்டைப் பார்த்துக் கொண்டிருந்தேன். சைக்கிளில் சிலரும் இருசக்கர வாகனங்களில் சிலரும் சென்றுகொண்டிருந்தார்கள். இருசக்கர வாகனத்தில் வந்த பெண் ஒருத்தி, என்ன காரணம் என்று தெரியவில்லை, வாகனத்துடன் கீழே விழுந்தாள். அவள் கால் வாகனத்துக்குக் கீழே இருந்தது. வண்டியைத் தூக்க ஆள் இல்லை. நான் இரண்டாவது மாடியிலிருந்து கீழே போவது காரியத்திற்கு உதவாது. மேலும் தனி ஆளாக இந்த வாகனத்தைத் தூக்க முடியாது.

ஓர் இளைஞன் அந்த இடத்திற்கு இருசக்கர வாகனத்தில் வருவதைப் பார்த்தேன். அவன் வாகனத்தை நிறுத்தி, கீழே விழுந்த வாகனத்தை நிமிர்த்தினான். கீழே விழுந்திருந்தவளால் எழ இயலவில்லை. அவன் கை கொடுத்தான். அவள் எழுந்து காலை உதறினாள். முழங்காலுக்கும் கணுக்காலுக்கும் இடையே லேசான காயம் ஏற்பட்டிருக்கலாம். லேசாக நொண்டினாள். இருவருக்கும் இடையே சண்டை ஏற்பட்டது. ஒருவரையொருவர் திட்டிக்கொள்வது போல் தெரிந்தது.

நான், "லலிதா, பிரவீன் ரெண்டு பேரும் மேலே வாருங்கள். தெருவில் நின்று சண்டை போடாதீர்கள்" என்றேன். அப்போதுதான் இருவரும் பால்கனியிலிருந்த என்னைப் பார்த்தார்கள். லிப்ட் வழியாக வரச் சொன்னேன். இருவரும் என் அப்பார்ட்மெண்ட் நோக்கி வந்தார்கள். நான் வீட்டு

வாசல் கதவைத் திறந்து வைத்து நின்றிருந்தேன். அவர்கள் இருவரும் வந்ததும், நான் அவர்களை சோபாவில் அமரச் சொன்னேன். "வீட்லே" என்றாள் லலிதா. "மகன் வீட்டுக்குப் போயிருக்கா. நாளைக்கு வந்துருவா" என்றேன். "ரூமுக்குள்ளே போயி காயம் எப்படி இருக்குன்னு பாரு" என்றேன்.

அவள் எழுந்து அறைக்குள் சென்று வெளியே வந்தாள். "லேசான சிராய்ப்புதான். சரியாகிவிடும்" என்றாள். "புருஷன் பெண்டாட்டி ரோட்லே நின்னு சண்டைபோடக் கூடாது" என்றேன். "இவ நான் சொன்ன பேச்சையே கேக்கறதில்லை" என்றான் அவன்.

"இவர் சொல்ற பேச்சை நான் ஏன் கேட்கணும். எனக்குன்னு மனம் இல்லையா, சிந்தனை இல்லையா. சம்பாத்தியம் இல்லையா. நான் என்ன அடிமையா. ஏதாவது பேசினா என்னைப் பெண்ணியப்புலின்னு சொல்றார். அதெப்படி அவர் என்னை இப்படிச் சொல்லலாம்" என்றாள் லலிதா.

"ஆமா, அவ சொல்றது சரிதானே. நீ ஏன் புலின்னு சொல்லணும்" என்றேன் நான்.

"அதென்ன கெட்ட வார்த்தையா. நான் அவளைப் பாராட்டிதானே பெண்ணியப்புலின்னு சொன்னேன்."

"பாராட்டிச் சொன்னீங்களா. நக்கலாச் சொன்னீங்களா" என்றாள் லலிதா.

"சரி. நக்கலாச் சொன்னேன்னுதான் வைச்சுக்கோ. அதுக்கு ஏன் இவ்வளவு கோபப்படணும். என்னை ஆணாதிக்கச் சிங்கம்ன்னு சொல்லு. நான் கோபப்பட மாட்டேன்."

"நீங்க கோபப்பட மாட்டீங்க. நான் கோபப்படுவேன். ஆணாதிக்கச் சிங்கம்ன்னா நீங்க ஏதோ பட்டம் கிடைச்ச மாதிரி எடுத்துக்கிட்டு சந்தோஷப்படுவீங்க."

"அது மாதிரி நீயும் எடுத்துக்கிட்டு சந்தோஷப்பட வேண்டியதுதானே."

"நீங்க பெண்ணியப்புலின்னு என்னைத் திட்றீங்க."

"நான் எங்கே திட்டறேன். நீ பேசறதையும் நடந்துக்கறதை யும் பாத்து இந்தப் பட்டத்தை நான் கொடுக்கறேன். அல்லது அப்படி நான் சொல்றேன். இதுலே என்ன அவமதிப்பு இருக்கு."

"இல்லை நீங்க சொல்ற தொனியிலே தெரியுது. நக்கல் பண்றீங்கன்னு."

“லலிதா சொல்றது முக்கியமான விஷயம்தான். நீங்க அப்படிச் சொல்லியிருக்கக் கூடாது. இப்ப ஒரு உடன்படிக்கைக்கு வருவோம். என்னை மத்தியஸ்தர்னு நெனைச்சுக்குங்க. பிரவீன் இனிமே நீ லலிதாவை பெண்ணியப்புலின்னு கூப்பிடக் கூடாது. சரியா. சரின்னு சொல்லு.”

“சரி.”

“இப்படிச் சொன்னா பத்தாது. லலிதாவைப் பார்த்துச் சொல்லு.”

“இனிமே பெண்ணியப்புலின்னு சொல்லமாட்டேன்.”

“அம்மா லலிதா நீயும் இதை இத்தோட விட்ரணும். முடிஞ்சுபோன விஷயமா நெனைச்சுக்கணும். ரெண்டு பேரும் ஒற்றுமையா இருக்கணும்.”

“சரி, ஒற்றுமையா இருக்கோம்.”

“நல்லது. போய்ட்டு வாங்க. ஆயுஷ்மான் பவ.”

இருவரும் கீழே இறங்கி வாகனங்களை எடுத்துக்கொண்டு சண்டைபோடாமல் சென்றார்கள்.

நான் பால்கனியில் அமர்ந்து ரோட்டைப் பார்த்துக் கொண்டிருந்தேன்.

○

காலச்சுவடு, ஆகஸ்ட் 2021

14

மேஜிக்

அருண் டைனிங் டேபிள் சேரில் உட்கார்ந்
திருந்தான். வாஷ்பேசினில் கை கழுவிக்கொண்
டிருந்தாள் சரளா. அவளிடமிருந்து 'மியாவ்' என்ற
சத்தம் வந்தது. அருண் நிமிர்ந்து பார்த்தான். அவள்
கை கழுவிவிட்டு டைனிங் டேபிள் சேரில் வந்து
உட்கார்ந்தாள்.

"உன்னிடமிருந்து 'மியாவ்' என்ற சத்தம் வந்ததே"
என்றான் அருண்.

"இல்லையே" என்றாள் சரளா. அவள் பப்பாளிப்
பழத்தை நறுக்கிக்கொண்டிருந்தாள்.

அவர்கள் இருவருக்கும் திருமணமாகி
ஒரு வாரம் ஆகிறது. தனிக்குடித்தனம். இருவர்
மட்டுமே வீட்டில் இருக்கிறார்கள். பப்பாளிப்
பழத்தை நறுக்கித் தட்டில் ஒழுங்கு செய்துவிட்டு,
வாஷ்பேசினில் கை கழுவினாள். இப்போதும்
'மியாவ்' என்ற சத்தம் அவளிடமிருந்து வந்தது.

அருண் எழுந்து பின்புறமாகத் தெரிந்த
அவளைத் தன்புறமாகத் திருப்பினான்.

"என்ன" என்றாள்.

"இப்போதும் 'மியாவ்' என்ற சத்தம் வந்ததே"

"எல்லாம் உங்கள் கற்பனை" என்று சொல்லி
அருணின் கன்னத்தில் தட்டினாள்.

'மியாவ்' என்ற சத்தம் அவனைக் குழப்பியது.

சுரேஷ்குமார இந்திரஜித்

அவர்கள் இருவரும் வெளியே சென்றார்கள். இரவு உணவைச் சுவையான உணவு தரும் ஓட்டலில் எடுத்துக்கொண்டார்கள். அவளிடமிருந்து 'மியாவ்' என்ற சத்தம் வந்தது பற்றி அவன் மறந்துவிட்டான். படுக்கையில் கலவி முடிந்து அவர்கள் தூங்கிவிட்டார்கள். சரளா விழித்து அருணைப் பார்த்தாள். அவன் பின்புறம் தெரிந்தது. அவனிடமிருந்து 'லொள்' என்ற சத்தத்தை அவள் கேட்டாள். எழுந்து உட்கார்ந்துகொண்டாள். அவனை எழுப்பி, "உங்களிடமிருந்து 'லொள்' என்ற சத்தம் வந்ததே" என்றாள்.

"என்னிடமிருந்தா. நான் தூங்கிக்கொண்டுல்ல இருக்கேன்" என்றான்.

"நான் கேட்டேனே."

"உன்னுடைய கற்பனையாக இருக்கும்" என்றான் அருண்.

"இருவரும் பேசி முடிவுசெய்ய வேண்டிய விஷயம்" என்றாள் சரளா.

"ஆமாம். பேசுவோம்" என்றான் அருண்.

இருவரும் பேசி நாளை ஒரு நாய்க்குட்டியையும் பூனைக்குட்டியையும் வாங்கி வீட்டுக்குக் கொண்டுவருவது என்று முடிவு செய்தார்கள்.

அடுத்த நாள் இருவரும் புதிய ஆடைகளை உடுத்திக் கொண்டு விற்பனை இடத்திற்குச் சென்று ஒரு நாய்க்குட்டியையும் ஒரு பூனைக்குட்டியையும் வாங்கிவந்தார்கள். தனித்தனியே அவை இரண்டும் வசிப்பதற்குத் தேவையான கம்பி வலைக் கூண்டுகளையும் தயார் செய்தார்கள்.

தற்போது தத்தம் கூண்டுகளுக்குள் நாய்க்குட்டியும் பூனைக்குட்டியும் வசதியாக வாழ்கின்றன. சரளாவிடமிருந்து 'மியாவ்' சத்தத்தை அருணோ அருணிடமிருந்து 'லொள்' சத்தத்தை சரளாவோ அதன் பிறகு கேட்கவில்லை.

○

காலச்சுவடு, ஆகஸ்ட் 2021

15

அந்தச் சொற்கள்

அந்தச் சொற்களை எங்கு படித்தோம் என்பது அவனுக்கு நினைவில் இல்லை. ஆனால் அந்தச் சொற்கள் அவனைப் பயங்கொள்ளச் செய்தன; தொந்தரவு செய்தன. மனைவி இன்று வேலைக்கு லீவு எடுத்திருந்தாள். சின்ன டிபன் கேரியரில் அவள் மதியம் சாப்பிட வேண்டிய உணவு வகைகளை எடுத்து வைத்தாள். "சாயந்தரம் சீக்கிரம் வந்துருங்க" என்றாள். அவளை உற்றுப் பார்த்தான்.

"என்ன உத்துப் பாக்கறிங்க" என்றாள் அவள்.

"நீ இன்னைக்கி வேற மாதிரி தெரியறே" என்றான்.

"வேற மாதிரின்னா."

"உனக்குள்ள பல 'நீ' இருக்கலாம். அதுலே ஒரு வித்தியாசமான 'நீ'யாக இன்னைக்கு இருக்கே."

அவன் பார்க்கும்படியாக அவள் தலையில் அடித்துக்கொண்டாள்.

"சரி நான் ஏதோ ஒரு 'ஆளா' இருந்துட்டுப் போறேன். நீங்க போயிட்டு வாங்க."

அவன் டிபன் கேரியர் உள்ள பையை எடுத்துக் கொண்டு, கதவைத் திறந்து வெளியேறினான்.

திருமணத்திற்கு முன்பே அவன் கவிதை எழுதுகிறவன் என்று அவளுக்குத் தெரியும். கண்ணதாசன், வாலி மாதிரி எழுதுவான் என்று அவள் நினைத்திருந்தாள். ஆனால் திருமணத்திற்குப்

சுரேஷ்குமார இந்திரஜித்

பின் அவனுடைய கவிதைப் புத்தகத்தைப் படித்தபோது, 'தவறுதலான இடத்திற்கு வந்து சிக்கிக்கொண்டோம்' என்று அவளது உள்மனதிற்குத் தோன்றியது. சில சமயங்களில் அவன் பேசுவதே அவளுக்குப் புரியவில்லை. அவனுக்கு எப்போது கோபம் வரும் என்றும் அவளால் கணிக்க முடியவில்லை. தலை வலிக்கிறது என்பதால் இன்று லீவு எடுத்திருந்தாள். அறைக்குள் சென்று படுக்கையில் படுத்தாள். அவன் படிக்கும் சில புத்தகங்கள் மேஜைமேல் கிடைந்தன. அந்தப் புத்தகங்களை அவள் வெறுப்புடன் பார்த்தாள். அந்தப் புத்தகங்களை அவள் பிரித்துக்கூடப் பார்ப்பதில்லை.

இருசக்கர வாகனத்தில் சாலையில் சென்றுகொண்டிருந்த அவனுக்குக் கண்களுக்குத் தெரியும் மனிதர்களுக்குள் வேறு மனிதர்கள் இருப்பதாகத் தோன்றியது. சிக்னலில் சிகப்பு எரிந்தது. பிரேக் போட்டு நிறுத்தினான். அருகில் போக்குவரத்து போலீஸ் நின்றிருந்தார். அவர் தன்னை மட்டும் நிறுத்தி ஏதோ பாதகத்தைச் செய்வார் என்று தோன்றியது. பச்சை விளக்கு எரிந்தது. அவன் வாகனத்தை ஓட்டிச்சென்றான்.

அலுவலகத்திற்குச் சென்றான். சக ஊழியர்கள் அவர்களுக் குள் இருக்கும் வேறு மனிதர்களாக ஆகிவிடுவார்களோ என்று தோன்றியது. அதிகாரியைப் பார்த்தபோது பயந்தேபோனான். அவர் வேறு மனிதராகவே மாறியிருப்பதாகத் தோன்றியது. டீ கொண்டுவந்து வைத்த பணியாளரும் டீயை மேலே ஊற்றிவிடுவாரோ என்ற பிரமை ஏற்பட்டது.

மதியம் டிபன் கேரியரை எடுத்து உணவை உண்ணும்போது, உணவில் ஏதும் இருக்குமோ என அச்சமடைந்தான். அரைகுறை யாகச் சாப்பிட்டுவிட்டு மீதியைக் குப்பைத்தொட்டியில் போட்டான். மதியத்திற்கு மேல் விடுப்பு சொல்லிவிட்டு வீட்டிற்குப் புறப்பட்டான்.

இருசக்கர வாகனத்தில் செல்லும்போது எல்லா மனிதர்களும் பிறிதொரு மனிதர்களாகச் செல்வதுபோலத் தோன்றியது. எவனாவது ஏதாவது ஒரு வாகனத்தில் வந்து மோதிவிடுவானோ என்றும் தோன்றியது. வாகனத்தைப் போர்டிகோவில் நிறுத்தும்போது வியர்த்து வழிந்தது. படி ஏறி வீட்டுக்கு வந்தான்.

கதவைத் திறந்த மனைவி அவனைப் பார்த்து, "என்ன சீக்கிரமா வந்துட்டீங்க. உடம்பு சரியில்லையா" என்று பதறிக் கேட்டாள். அவன், "ஒன்றுமில்லை" என்று சொல்லி அறைக்குள் நுழைந்தான். உடைகளைக் களைந்து லுங்கிக்கு மாறினான். மனைவி அவனையே பார்த்துக்கொண்டிருந்தாள்.

"என்ன ஆச்சு உங்களுக்கு."

"ஒண்ணுமில்லை. நானே சரி பண்ணிக்கிறேன். பேப்பரையும் பேனாவையும் எடுத்துட்டு வா."

அவள் எடுத்துவந்தாள். அவன் நினைவில் சுற்றிக்கொண்டிருந்த, எங்கு படித்தோம் என்று நினைவில் இல்லாத அந்தச் சொற்களைப் பேப்பரில் எழுதினான். அவை இவ்வாறு இருந்தன:

"கூடவே இருக்கும் ரகசிய எதிரி."

அந்தச் சொற்களை எழுதிய பேப்பரைக் கிழித்து, எழுந்து சென்று அறையில் இருந்த குப்பைக்கூடையில் போட்டான். குழப்பம் நீங்கியவனாகப் படுக்கையில் சாய்ந்து மனைவியை அணைத்தான்.

O

உயிர்மை, ஜனவரி 2022

16

கடந்த காலம்

ரயில்வே பிளாட்பார பெஞ்சில் உட்கார்ந்திருந்த அவள் எலிசபெத்தை நினைவுபடுத்தினாள். தினேஷிற்கு அவன் நிற்கும் இடத்திலிருந்து உட்கார்ந்திருப்பவளை நன்றாகப் பார்க்க முடிந்தது. அருகில் சென்று பார்க்கலாமா என்று நினைத்த போது, அவள் எலிசபெத் என்றால் என்ன பேசுவது என்ற குழப்பம் ஏற்பட்டது.

எலிசபெத்துடன் அவன் கோவாவிற்குச் சென்றது நினைவிற்கு வந்தது. மூன்று நாட்கள் அங்கு தங்கியிருந்தார்கள். வாழ்க்கையின் இன்பமான நாட்கள் அவை என்று தினேஷிற்கு அடிக்கடி தோன்றுவதுண்டு. தினேஷும் அவளும் அளவாகக் குடிப்பவர்கள். பிராந்தியோ விஸ்கியோ குடித்த பின் ஏறும் மயக்கத்துடன் இருவரும் கலவியில் ஈடுபடுவது பேரின்பம். வெளியில், ஆட்கள் இல்லாத இடத்தில் செல்லும்போது அணைத்து தினேஷிற்கு முத்தம் கொடுப்பாள். உரசிக்கொண்டே செல்வாள். கோவாவிலிருந்து ஊருக்குத் திரும்புவதை நினைத்தபோது இருவருக்கும் கசப்பாக இருந்தது. திரும்பித்தானே ஆக வேண்டும்.

ஊர் திரும்பினார்கள். திரும்பிய சில நாட்களிலேயே எலிசபெத்திற்கு வேறு ஊருக்கு மாற்றலாகிவிட்டது. அலுலவகத்தில் இருவருமே முக்கியமான பொறுப்பில் இருந்ததால் கண்ணியமாக நடந்துகொள்ள வேண்டியிருந்தது. மாறுதல்

செய்யப்பட்ட ஊருக்கு எலிசபெத் சென்றுவிட்டாள். பிறகு போன் தொடர்பு இருந்தது. கோவா நாட்களைப்பற்றி இருவரும் பேசிக்கொள்வார்கள். ஒருநாள் வேலையை ராஜினாமா செய்துவிட்டு பிரான்சிற்குச் செல்லப்போவதாகக் கூறினாள். பிரான்ஸ் செல்வதற்கு முன் போனில் பேசினாள். பிறகு தொடர்பில்லை.

தொலைவில் நின்று பார்த்துக்கொண்டிருந்தான். சற்றுத் தள்ளி இருந்த காபிக் கடையில் காபி வாங்கிக் குடித்தான். பிற பிளாட்பாரங்களில் வரும் ரயில்கள் பற்றிய அறிவிப்புகள் இடைவெளி விட்டுக் கேட்டுக்கொண்டிருந்தன. பிற பிளாட்பாரங்களில் வந்துசெல்லும் ரயிலின் கூவலும், சக்கரங்கள் உருளும் சத்தமும் அவ்வப்போது கேட்டுக்கொண்டிருந்தன. புத்தகக் கடைகளுக்குச் சென்று வாரப்பத்திரிகை ஒன்றை வாங்கினான். வேறு ஒரு பெஞ்சில் அமர்ந்து பத்திரிகையைப் புரட்டிச் சில துணுக்குகளைப் படித்தான். அடுத்த பெஞ்சில் ஒரு குடும்பம் உட்கார்ந்திருந்தது. ஒரு பெரியவர், அவருடைய மனைவி, அவர்களுடைய மகன், மருமகள், சுமார் ஆறு வயதிருக்கும் பேரன், அவன் வயதிற்குக் குறைந்த பேத்தி இருந்தார்கள். குழந்தைகள் ஓடி, பேசிச்சிரித்து விளையாடிக்கொண்டிருந்தார்கள். விளையாடும் குழந்தைகளையும் பத்திரிகையையும் தினேஷ் மாறிமாறிப் பார்த்துக்கொண்டிருந்தான். அவன் செல்லும் ரயில் வருவதற்கு இன்னும் நேரம் இருக்கிறது. அவளும் அந்த ரயிலில்தான் ஏறப்போகிறாளா, அவன் ஏறும் ரயிலுக்கு முன் வரும் ரயிலில் ஏறுகிறாளா என்று தெரியவில்லை.

ஓடிப்பிடித்து விளையாடிக்கொண்டிருந்த குழந்தைகளில் பெண் குழந்தை கீழே விழுந்தது. தினேஷ் ஓடிச்சென்று அந்தக் குழந்தையைத் தூக்கினான். அந்தக் குழந்தை, "தாங்ஸ் அங்கிள்" என்றது. குழந்தையின் அப்பா எழுந்து வந்து தினேஷிடம் பேசினார். இருவரும் பேசிக்கொண்டதில், இருவரும் ஒரே ரயிலில் ஒரே காம்பார்ட்மெண்ட்டில் போகப்போவதாகத் தெரிந்து கொண்டார்கள். இப்போதுதான் குழந்தைகளின் தாயை நன்றாகப் பார்த்தான். குடும்பத் தலைவிக்கு என்று ஒரு தோற்றம் இருக்கும்; அந்தத் தோற்றத்தில் அவள் இருந்தாள்.

எலிசபெத் போலத் தோற்றம் தந்தவளை தினேஷ் பார்த்தான். அவள் செல்போனில் எதையோ பார்த்துக்கொண்டிருந்தாள். அவளை நோக்கி ஒரு ஐரோப்பியர் – எந்த நாடு என்று தெரியவில்லை – கையில் பழங்கள் உள்ள பையுடன் வந்தார். அந்த ஐரோப்பியர் அவள் அருகில் உட்கார்ந்தார். இருவரும் பேசிக்கொண்டார்கள். ரயில் வரும் அறிவிப்பு கேட்டது. அந்த

ரயில் தினேஷ் செல்லும் ரயில் அல்ல. அவளும் ஐரோப்பியரும் வைத்திருந்த பெட்டி, பைகளுடன் முன்புறத்திற்கு வந்தார்கள். ரயில் கூவலுடன் தடதடத்து வந்து நின்றது. அவர்கள் இருவரும் ரயிலில் ஏறினார்கள். ரயிலில் ஏறும்போது அவள் தினேஷைப் பார்த்தாள். அது ஏ.சி. கோச் என்பதால் ஏறிய பின் அவர்களைப் பார்க்க தினேஷினால் முடியவில்லை. ரயில் நகர்ந்து வேகமெடுத்தது.

○

உயிர்மை, ஜனவரி 2022

17

கச்சேரி

ஒரு சபாவின் சார்பாக அந்தப் பெரிய ஓட்டலில் உள்ள ஒரு அரங்கில் மாதாமாதம் கர்நாடக இசைக்கச்சேரி நடைபெறுகிறது. சுந்தர் அந்த சபாவின் உறுப்பினர். கச்சேரியைப் பெரும்பாலும் கேட்டு விடுவான். நேரில் கர்நாடக இசைக் கச்சேரியைக் கேட்பது அவனுக்கு மகிழ்ச்சியானது.

ஓட்டலுக்கு வந்து அரங்கிற்கும் வந்துவிட்டான். சிலர் மட்டுமே வந்திருந்தார்கள். செக்ரட்டரி மைக் பொறுப்பாளரிடம் சொல்லி மேடையில் இருக்கும் மைக்குகளைச் சோதித்துக்கொண்டிருந்தார். செக்ரட்டரி சுந்தரைப் பார்த்து, "சட்டை நல்லா இருக்கு" என்றார். மாலை ஆறு மணிக்குக் கச்சேரி துவங்கி விடும். தாமதிக்க மாட்டார்கள். பார்வையாளர்கள் ஆறு மணிக்குச் சற்று முன்னதாக மொத்தமாக வந்துவிடுவார்கள். ஆறேகால் மணிக்கெல்லாம் அரங்கு நிரம்பிவிடும். இன்றைய பாடகி ரஞ்சிதா கிருஷ்ணமூர்த்தி.

சற்று நேரத்தில் ரஞ்சிதா கிருஷ்ணமூர்த்தி தன்னுடைய குழுவினரோடு வந்தாள். முன்வரிசையில் அவளும் குழுவினரும் உட்கார்ந்தார்கள். கர்நாடக இசைப் பாடகிகளுக்குக் கச்சேரிக்கு வரும்போது குறிப்பிட்ட தோற்றத்தில் இருப்பது என்பது விதியாகி விட்டது. பட்டுப்புடவை, முகத்தில் முடிந்த அளவு மேக்கப், தலையில் நிறைய மல்லிகைப் பூச்சரம், அதைத் தோளில் கொஞ்சம் விட்டுக்கொள்ள வேண்டும். கழுத்தில் மெல்லிய செயின். அதற்கு மேல் நவீன ஆபரணம். ஜிமிக்கி போட்டிருந்தால் இன்னும் பொலிவைக் கூட்டும். ரஞ்சிதா கிருஷ்ணமூர்த்தி இந்தத் தோற்றத்தில்தான் வந்திருந்தாள். பாட்டு சரியாக அமையவில்லை என்றால் ஆளையாவது

சுரேஷ்குமார இந்திரஜித்

பார்த்துக்கொண்டிருக்கலாம் என்று சுந்தர் நினைத்தான். ரஞ்சிதா கிருஷ்ணமூர்த்தி, அவள் இருந்த தோற்றத்தில் பார்க்கும்படியாக இருந்தாள்.

பார்வையாளர்கள் வந்துகொண்டிருந்தார்கள். ரஞ்சிதா கிருஷ்ணமூர்த்தியும் அவளுடைய குழுவினரும் மேடையில் உட்கார்ந்துவிட்டார்கள். சுந்தருக்கு வலது பக்கம் இருந்த நாற்காலி காலியாக இருந்தது. மைக்கைச் சரிபார்த்து ரஞ்சிதா கிருஷ்ணமூர்த்தி பாடினாள். குரல் சன்னமாக இருந்தது. மேல் ஸ்தாயியில் ஓரளவிற்கு மேல் போக முடியாது. அதற்கேற்றாற்போல் அவள் ஸ்தாயிகளையும் கால அளவையும் வைத்திருப்பாள்.

ஒரு பெண், தன் மகனுடன் அரங்கில் நுழைந்து இருக்கையைத் தேடினாள். வேறு இருக்கைகள் காலியாக இருந்தும் சுந்தருக்கு வலது பக்கம் காலியாக இருந்த இருக்கையில் உட்கார்ந்தாள். கூட வந்த மகன் வேறு வரிசையில் காலியாக இருந்த இருக்கையில் உட்கார்ந்தான். சுட்டிப் பையன்போலப் பார்வைக்குத் தெரிந்தான்.

பாடகி பாடிக்கொண்டிருந்தாள். சுந்தருக்கு அவள் பாடும் பாட்டு என்ன ராகம் என்று உண்மையிலேயே தெரியவில்லை. வலது பக்கம் முகத்தைச் சாய்த்து அருகே உட்கார்ந்திருந்தவளிடம், "என்ன ராகம்" என்று கேட்டான். அவள் முகத்தை இடது பக்கம் சாய்த்து, "இந்த ராகம் கமல மனோகரி" என்றாள். இது அபூர்வமாகப் பாடக்கூடிய ராகம். அருகே உட்கார்ந்திருந்தவளை இருக்கைக்கு வரும்போது மேலோட்டமாகத்தான் சுந்தர் பார்த்திருந்தான். சற்று குள்ளமாக, உருண்டு திரண்டு மெத்தை போல இருந்தாள். இப்போது அவள் முகத்தையும் கைகளையும் பார்த்தான். சிவப்பு நிறம். முகம் திருத்தமாக அமைய மூக்கின் அமைப்பைக் கொஞ்சம் மாற்ற வேண்டும். உதடுகள் கிளர்ச்சியூட்டக்கூடியதாக இருந்தன. கமல மனோகரி ராகத்தை அறிந்தவள் நன்றாகவே சங்கீதம் தெரிந்தவளாக இருப்பாள் என்பதால் சுந்தருக்கு அவள் மேல் ஆர்வம் ஏற்பட்டது.

இன்னொரு பாட்டுப் பாடும்போதும் அவனுக்கு ராகம் தெரியவில்லை. வலது பக்கம் முகத்தைச் சாய்த்தான். அவளும் இடது பக்கம் முகத்தைச் சாய்த்து, "இது ஆரபி" என்றாள். இந்த ராகம் சுந்தருக்குத் தெரிந்த ராகம்தான். ஆனால் கண்டுபிடிக்க முடியவில்லை. இப்படி அடிக்கடி ஆவதுண்டு. பிறகுதான் தனக்குத் தெரிந்த அதே ராகத்தில் அமைந்த பாடல்களுடன் ஒப்பிட்டுக்கொள்வான்.

சுந்தருக்கு ரெஸ்ட் ரூம் போக வேண்டும் போலிருந்தது. அவள் தொடையில் கை வைத்து எழுந்தான். வெளியே போய் திரும்ப வருவதாகச் சைகை காட்டி கர்சீப்பை தன் இருக்கையில்

போட்டுவிட்டுச் சென்றான். திரும்பி வந்து கர்சீப்பை எடுத்து பேண்ட் பாக்கெட்டில் வைத்துவிட்டு இருக்கையில் உட்கார்ந்தான். இப்போது சுந்தர் அவள் தொடையில் கை வைத்தான். அவள் அசைவின்றி இருந்தாள். சுந்தர் வலது பக்கம் தலையைச் சாய்த்தான். அவள் இடது பக்கம் தலையைச் சாய்த்தாள். 'ரீதிகௌளை' என்ற தெரிந்த ராகத்தைத்தான் பாடகி பாடிக் கொண்டிருந்தாள். ஆனாலும் அவளிடம் கேட்டான். இரண்டு முகங்களும் இப்போது உரசிக்கொண்டன. அவள், "ரீதிகௌளை" என்றாள். சுந்தர் அவள் தொடையில் வைத்திருந்த கையை எடுத்துக்கொண்டான்.

கச்சேரி முடிந்தது. சுந்தர் அவளிடம், "எங்கேயிருந்து வந்தீர்கள்" என்று கேட்டான்.

"குமாரபாளையத்திலிருந்து" என்றாள். அவள் மகன் அவளருகே வந்து நின்றான். "என் பையன். வயலின் கத்துக்கறான். அவரு ஆடிட்டரா இருக்காரு" என்று அவளாகவே கூறினாள்.

சுந்தர், மத்திய அரசின் கலால் துறையில் கண்காணிப்பாள ராகப் பணிபுரிவதாகக் கூறினான். அடுத்த கச்சேரிக்குச் சந்திப்போம் என்று விடைபெற்றுக்கொண்டார்கள். விடைபெறு வதற்கு முன் சுந்தர் அவளுடைய பெயரைக் கேட்டான். அவள், "பிரியா" என்றாள். சுந்தர் தன்னுடைய விசிட்டிங் கார்டை அவளிடம் கொடுத்தான். சுட்டிப்பையன் சுந்தரைப் பார்த்தான்.

அடுத்த மாதம் நடந்த கச்சேரிக்கு சுந்தர் வந்து உட்கார்ந்து வலது பக்கம் பக்கத்து இருக்கையில் கர்சீப் போட்டு அவளுக் காக இடம் பிடித்தான். கச்சேரி ஆரம்பிக்கும் சமயம் அவள் மகனுடன் வந்தாள். சுந்தரைப் பார்த்ததும் அவன் இருக்கையை நோக்கி வந்தாள். சுந்தர் அருகில் உட்கார்ந்தாள். அவளுக்கு அடுத்த இருக்கையும் காலியாக இருந்ததால் அவள் மகன் – சுட்டிப் பையன் – உட்கார்ந்தான். கச்சேரி நடந்துகொண்டிருந்தது. ராகம் பற்றி அறிந்துகொள்ள முகத்தை வலது பக்கம் சாய்க்கும் சமயம் அந்தச் சுட்டிப் பையன் எழுந்து அவளைத் தன் இருக்கையில் உட்காருமாறு கூறி, அவள் இருக்கையில் அவன் உட்கார்ந்துகொண்டான். அந்தச் சுட்டிப்பையனை அடுத்து உட்கார்ந்திருந்த அவளிடம் பேசுவது முடியாததாக இருந்தது. அந்தச் சுட்டிப் பையன் சுந்தரையும் அவளையும் மாறிமாறிப் பார்த்தான். மூவரும் கச்சேரியைக் கேட்டார்கள்.

அடுத்த மாதம் நடந்த கச்சேரியிலும் தன்னருகே இடம் பிடித்து வைத்திருந்தான். ஆனால் பிரியா அதற்குப் பிறகு எந்தக் கச்சேரிக்கும் வரவில்லை.

o

உயிர்மை, ஜனவரி 2022

சுரேஷ்குமார இந்திரஜித்

18

தாரிணியின் சொற்கள்

என்னிடம் உள்ள மிருக குணத்தை என் குருவோ அவரின் மனைவியோ அறிய மாட்டார்கள். அவர்களுக்குக் குழந்தைகள் இல்லை. குரு என்றால் வயதானவர் என்று நினைத்துவிட வேண்டாம். அவருக்கு 40 வயதும் அவர் மனைவிக்கு 35 வயதும் இருக்கலாம்.

என் தந்தை என் சிறுவயதிலேயே இறந்து விட்டார். எனக்குப் படிப்பு ஏறவில்லை. நான் பாட்டுப் பாடுவதைக் கேட்டு என் சித்தப்பா என்னைக் கொண்டுவந்து பாடகர் ரவிகிருஷ்ணாவிடம் சேர்த்துவிட்டார். நான் அவருக்கு உதவியாளன் போல இருந்தேன். மாடியில் ஓர் அறை இருந்தது. அதை எனக்கு ஒதுக்கியிருந்தார்கள். மாடிப்படி வீட்டிற்கு வெளியே இருந்தது. பலசரக்குமுதல் வீட்டுக்குத் தேவையானவற்றை நான் கடைகளுக்குப் போய் வாங்கிவருவேன். காலையில் சில நாட்கள் பாட்டுச் சொல்லிக்கொடுப்பார். சில நாட்கள் பாட்டுச் சொல்லிக்கொடுக்காமல் இருந்து விடுவார். என்றைக்குச் சொல்லிக்கொடுப்பார் என்று என்னிடம் சொல்ல மாட்டார். நான் குளித்து நெற்றியில் திருநீறு பூசிக்கொண்டு மாடியிலிருந்து இறங்கி ஹாலுக்கு வருவேன். அப்போது, "இன்றைக்குப் பாட்டு இல்லை" என்பார். அவர் மனநிலையைப் பொறுத்தது. ஆனால் மாதத்தில் ஓரிரு நாட்கள் தவிர பிற நாட்களில் அவர் நினைத்த நேரத்தில் சாதகம் பண்ணுவார். புதிய பாடல்களைப் பாடிப்பார்ப்பார். மனனம் பண்ணுவார். நான்

ஒரு மூலையில் அமர்ந்து கவனித்துக்கொண்டிருப்பேன். சில நாட்கள் என்னைப் போய்விடுமாறு சைகை செய்வார். நான் மாடிப்படியில் அமர்ந்து காதைக் கூர்மையாக்கி அவர் பாடுவதைக் கேட்டுக்கொண்டிருப்பேன்.

என் குருவின் குரல் மயக்கம் தருவது. கர்நாடக சங்கீதத்திற்கே உரிய குரல். அவருடைய மனைவி மேடைகளில் பரதநாட்டியம் ஆடிக்கொண்டிருந்தவர் என்று சொல்வார்கள். அவள் பெயர் தாரிணி. அவள் ஏற்கெனவே திருமணம் ஆனவள் என்று சொல்வார்கள். என் குருவின் முதல் மனைவி ஊரில் இருக்கிறார். அவரைப் பற்றி இங்கு யாருக்குமே தெரியாது. தாரிணியின் உறவினர்கள் சிலர் அவளைப் பார்க்க இங்கு வந்து நான் பார்த்திருக்கிறேன்.

மாலை நேரம். நான் மாடிப்படியில் உட்கார்ந்திருந்தேன். அடைக்கப்பட்ட வீட்டின் அறையில் பாட்டுச் சத்தம் கேட்டது. என் குரு பாடிக்கொண்டிருந்தார். சலங்கைச் சத்தம் கேட்டது. எம்.கே.டி. பாகவதரின் பாட்டு.

'புஜமிரண்டும் ஊஞ்சல்
தளர்நடை அஞ்சி
புருவம் இடையுடனே
வளையுமே கெஞ்சி
அதிக தன்மையில்
கை தேர்ந்தவள் வஞ்சி
ராகத்தில் சிறந்தது
நாட்டைக் குறிஞ்சி'

இந்தப் பாட்டிற்கு தாரிணி எப்படி நடனம் ஆடுவாள் என்று நான் கற்பனை செய்துகொண்டிருந்தேன். குரு திரும்பத்திரும்ப இந்த வரிகளைப் பாடிக்கொண்டிருந்தார். தாரிணியும் விதம் விதமாக பாவனை காட்டிக்கொண்டிருப்பாள் என்று நான் நினைத்தேன்.

பாட்டு நின்றது. நான் மாடிப்படியில் ஏறி என் அறைக்குச் சென்றேன். அந்தப் பாட்டை முணுமுணுத்துக்கொண்டிருந்தேன். தாரிணி ஒருபோதும் குண்டாக முடியாத உடல்வாகு உடையவள். கைகள் கால்கள் நீளமாக இருப்பதாகத் தோன்றும். தோள்கள் வாளிப்பானவை. ரவிக்கையிலிருந்து கழுத்து வரை யான தோள் பகுதி பளபளப்பாக மின்னும். அவளது நிறம் மஞ்சள்.

வழக்கமாகக் காலை உணவு வாங்குவதற்காக மாடியிலிருந்து கீழே இறங்கி வருவேன். தயாராக வைத்திருக்கும் டிபன் கேரியரை தாரிணி என்னிடம் கொடுப்பாள். நான் டிபனைச்

சாப்பிட்டுவிட்டு டிபன் கேரியரைக் கழுவி கீழே ஹாலில் உள்ள ஸ்டூலில் வைத்துவிட்டு வந்துவிடுவேன். இதேபோல்தான் மதியமும் இரவும்.

குருவிடம் பாட்டுக் கற்றுக்கொண்டிருக்கும்போது அங்கும் இங்குமாகச் செல்லும் தாரிணி என் கண்களில் படுவாள். சரியாகக் கவனிக்க முடியாது. வீட்டிற்குத் தேவையான பொருட்களை வாங்குவதற்காக என்னை அழைக்கும்போதுதான் அவளை நன்றாகப் பார்க்க முடியும். மனம் கிளர்ச்சியடையும். குருவின் மனைவி என்ற நினைப்பு வந்து கிளர்ச்சியை மறிக்கும். குரு இல்லாத நேரத்தில் ஏதாவது அசம்பாவிதத்தை ஏற்படுத்தி விடுவேனோ என்று என் மனதிற்குள் அச்சம் ஏற்படும்.

குரு வீட்டில் இல்லை. தாரிணி என்னை அழைத்தாள். நான் சென்றேன். சில பலசரக்குப் பொருட்களை வாங்கிவரச் சொன்னாள். நான் வாங்கிவந்து கொடுத்தேன். என்னை நாற்காலியில் அமரச் சொன்னாள். அமர்ந்தேன்.

“எப்போது பாட்டு கற்றுக்கொள்வது முடியும்” என்றாள்.

“தெரியாது” என்றேன்.

“நீ வீட்டிலிருந்து சென்றுவிடு. ஏதாவது காரணத்தைச் சொல்லி இங்கிருந்து சென்றுவிடு.”

“சரி” என்றேன்.

நான் குருவிடம் காரணம் ஏதும் சொல்லவில்லை. இரவில் சொல்லிக்கொள்ளாமல் என் உடமைகளை எடுத்துக்கொண்டு வீட்டைவிட்டு நீங்கினேன்.

○

***தமிழினி* இணைய இதழ், பிப்ரவரி 2022**

19

மகத்தான சக்தி

இளங்கோவைக் கொன்றுவிடுவது என்று நான் முடிவு பண்ணியிருந்தேன். சுகுமார் அறைக்குள் வந்து, என்னைப் பார்க்க ஒரு பெண் வந்திருப்பதாகக் கூறினான். என்னை எதற்காக ஒரு பெண் பார்க்க வந்திருக்கிறாள் என்று எனக்குக் குழப்பம் ஏற்பட்டது.

"வயதானவளா" என்று கேட்டேன்.

"கொஞ்ச வயசுதான்" என்றான் சுகுமார்.

மேசையிலிருந்த டிராயரை லேசாகத் திறந்தேன். துப்பாக்கி இருந்தது. கூர்மையான கத்தியும் இருந்தது.

"சரி. அந்தப் பொண்ணை வரச்சொல்லு" என்றேன்.

சுகுமார் அந்தப் பெண்ணுடன் அறையில் நுழைந்தான். அந்தப் பெண் மாநிறமாக உயரமாக இருந்தாள். சேலையில் இருந்தாள். சுகுமார் அறையிலிருந்து வெளியேறினான்.

உட்காரச் சொல்லி, "என்ன விஷயம்" என்று அவளிடம் கேட்டன்.

"நான் இளங்கோவின் மனைவி. அவரைவிட உங்களுக்கு ஆள் பலமும் பண பலமும் ஜாஸ்தி. அவரை ஒண்ணும் செஞ்சுராதிங்க. எனக்குத் தாலிப்பிச்சை கொடுங்க" என்று தாலியை வெளியே எடுத்துக் காண்பித்தாள்.

நான் "உள்ளே போடு" என்று அதட்டலாகக் கூறினேன். அவள் சேலைக்குள் திரும்பப் போட்டுக்கொண்டாள்.

"நான் இளங்கோவையும் அவன் மனைவியையும் ஒரு கல்யாண வீட்லே பாத்துருக்கேன். ஏங்கிட்டே பொய் சொல்லாதே."

"நானும் அவர் மனைவிதான். நாலாவது மனைவி. லேட்டஸ்டா கலியாணம் பண்ணிக்கிட்டார்."

"நாலாவது மனைவியா. எனக்கு ரெண்டு மனைவிதான்" என்றேன்.

"நீங்க நெனைச்சா அஞ்சு, ஆறு பேரைக்கூட கலியாணம் பண்ணிக்கிடலாம்" என்றாள்.

இப்படிப் பேசும் பெண்களிடம் ஆண்கள் கவிழ்ந்து விடுவார்கள் என்று நான் அறிவேன்.

"இளங்கோதான் உன்னை அனுப்பிச்சானா. என் வழியிலே குறுக்கே வந்துகிட்டே இருக்கான். என் ஆளுங்களை அவன் ஆளுங்க ரெண்டு மூணு தடவை அடிச்சிருக்காங்க. ஆள் தெரியாம வெளையாடறான்."

"மன்னிச்சு விட்ருங்க. அவர் ரொம்ப பீல் பண்றாரு. உங்கள தேவையில்லாம பகைச்சுக்கிட்டேன்னு புலம்பிக்கிட்டே இருந்தாரு. நான் போய் பேசிப்பாக்கவான்னு கேட்டேன். யோசிச்சிட்டு சரி போய்ப் பாத்துட்டு வா, சமாதானமா போயிருவோம், நான் மன்னிப்பு கேட்டேன்னு சொல்லுன்னு எங்கிட்டே சொல்லி அனுப்பிவச்சார்."

"உன்னை எப்படி அவன் கல்யாணம் பண்ணிக்கிட்டான்."

"சார்... என் அப்பா எனக்கு சின்ன வயசிலேயே இறந்து போயிட்டார். எனக்குக் கீழே ரெண்டு தம்பிக. அம்மா நோயாளி. பல வீட்லே வேலை பாத்து எங்களைக் காப்பாத்துச்சு. நான் ஒரு ஜவுளிக்கடையிலே வேலை பாத்தேன். ஒரு புரோக்கர் மூலமா அமைஞ்சுது. எங்களுக்குச் செலவே இல்லை சார்... எல்லாத்தையும் அவரே பாத்துக்கிட்டாரு. எங்களுக்கு பெரிய வீடு பாத்துக் கொடுத்து நான், அம்மா, தம்பிக அந்த வீட்லேதான் குடியிருக்கோம். அவர் வந்து தங்கிட்டுப் போவாரு."

"இது ஒரு பக்கம் இருக்கட்டும். அவன் ஏன் நாலு கலியாணம் பண்றான்."

"சார்... ஒரு சாமியாரு அவர்கிட்டே சொன்னாராம். நாலு கலியாணம் பண்ணிக்க, நாலாவது பெண்டாட்டி

மூலம் உனக்கு அதிர்ஷ்டம், பணம், செல்வாக்கு எல்லாம் உச்சத்துக்குப் போகும்ன்னு. அதனாலே என்னைக் கலியாணம் பண்ணிக்கிட்டாரு சார். குறை ஒண்ணும் இல்லை சார். அவரை ஏதாவது பண்ணிராதிங்க சார். அதுக்காகத்தான் நான் வந்தேன். கெஞ்சிக் கேட்டுக்கறேன். நாங்க இப்பத்தான் நல்லா சாப்பிடறோம். அதுக்கும் கேடு வந்துடக் கூடாது சார்...”

“சரி. நாலாவதா கலியாணம் பண்ணிக்கிட்டான். வாழ்க்கையிலே உச்சத்துக்குப் போயிட்டானா.”

“கலியாணம் பண்ணி கொஞ்ச காலந்தானே ஆச்சு. இனி கொஞ்சம் கொஞ்சமாத்தானே சார் உச்சத்துக்குப் போவாரு.”

எனக்குச் சிரிப்பு வந்தது. சிரித்துவிட்டேன். அவள் என் கண்களைப் பார்த்துத்தான் பேசிக்கொண்டிருந்தாள்.

நான், “காபி குடிக்கிறியா” என்றேன். அவள் தலையாட்டினாள். நான் காபி கொண்டுவரச் சொன்னேன்.

எனக்கு அவளைக் கட்டி அணைத்துக்கொள்ளலாம் என்று தோன்றி, அந்த எண்ணத்தை அடக்கிக்கொண்டிருந்தேன். காபி வந்தது. காபி குடிக்கச் சொன்னேன். குடித்தாள்.

“சார், உங்களைப் பாத்தா நல்லவராத் தெரியுது. அவரை ஒண்ணும் செஞ்சுராதிங்க” என்றாள்.

“சரி. என் வழிக்கு வரக் கூடாதுன்னு அவன்கிட்டே சொல்லு.”

“சொல்றேன் சார்.”

“சரி. நீ போகலாம். எனக்கு வேற வேலை இருக்கு.”

அவள் எழுந்து கையை ஆட்டி விடைபெற்றுக்கொண்டு கதவைத் திறந்து வெளியேறினாள்.

பெண் மகத்தான சக்தி என்று எனக்குத் தோன்றியது. இளங்கோவை நான் கொல்லப்போவதில்லை என்று முடிவெடுத்தேன்.

○

***தமிழினி* இணைய இதழ், பிப்ரவரி 2022**

20

ஆணும் பெண்ணும்

தொலைக்காட்சிப் பெட்டியில் நடிகை ராகச்சந்திரா பாடிக்கொண்டிருக்கும் காட்சி. சினிமாவில் தாய், தந்தையின் அறுபதாவது மணவிழா அல்லது யாரேனும் ஒருவருக்குப் பிறந்த நாள் விழாவாக இருக்க வேண்டும். சுந்தரத்திற்கு சுகன்யா நினைவு வந்தது. சுகன்யாவின் தோற்றமும் முகமும் நடிகை ராகச்சந்திராவின் தோற்றமும் முகமும் ஒன்றாக இருப்பதுபோலவே அவனுக்குத் தோன்றும். அந்தக் காலத்தின் பதின் பருவத்தில் ராகச்சந்திராவின் புகைப்படம் ஒன்றைப் பத்திரிகையில் பார்த்தான். அந்தப் படத்தை சுகன்யாவின் படமாக நினைத்துக்கொண்டான்.

பீரோவில் ஒரு டைரியில் பத்திரிகையிலிருந்து கத்தரித்து எடுக்கப்பட்ட அந்தப் படத்தை வைத்திருந்தான்.

சுந்தரத்தின் மனைவி சேனலை மாற்றினாள். சுந்தரம் பதறிப் போனான். "ஏன் மாத்தறே. திரும்ப அதை வை" என்றான்.

"ராகச்சந்திராவைப் பாக்கணுமாக்கும்" என்றாள்.

"அப்படி இல்லை. இந்தப் பாட்டு கேக்க நல்லா இருக்கு."

"பொய் சொல்லாதிங்க. நீங்க பாட்டைக் கேக்கறீங்களா, அவளைப் பாக்குறிங்களா."

இந்த சந்தர்ப்பத்தில் மனைவியைக் குஷிப்படுத்துவதாக நினைத்துக்கொண்டு, "ராகச்சந்திராவைப் பாத்தா உன்னைப் பாத்த மாதிரி இருக்குல்ல..."

“பொய் சொல்லாதிங்க. அவ வேறே யார் மாதிரியோ இருக்கா. அந்த அவளை நினைச்சு உருகி இந்த நடிகையைப் பாத்துக்கிட்டு இருக்கிங்க.”

சுந்தரத்துக்கு என்ன சொல்வதென்றே தெரியவில்லை.

“பீரோவுலே உள்ள பழைய டைரிக்குள்ளே பத்திரிகை யிலிருந்து எடுத்த ராகச்சந்திரா படத்தை வைச்சுருக்கறதை நான் பாக்கலைன்னா நினைச்சுகிட்டிருக்கிங்க.”

“அந்த நடிகை மேலே அந்த வயசிலே இருந்த அபிமானத்துலே அந்தப் படத்தை வைச்சிருக்கேன். நீ வேற யாரோடையோ அந்த நடிகையைத் தேவையில்லாமல் கனெக்ட் பண்றே.”

“உங்க மனசைத் தொட்டுச் சொல்லுங்க. அந்த ராகச்சந்திரா நீங்க காதலிச்ச பொண்ணு மாதிரி இல்லைன்னு.”

“நான் யாரையும் காதலிக்கலையே. என்னை யாரு காதலிப்பா.”

“நீங்க காதலிச்சிருக்கலாம்லே”

சுந்தருக்கு சுகன்யா நினைவு வந்தது. ஏதாவது உளறி விடுவதற்கான சந்தர்ப்பம் இது என்றும் இந்தச் சந்தர்ப்பத்தை மனைவி சாமர்த்தியமாகப் பயன்படுத்திக்கொள்வதாகவும் தோன்றியது. தொலைக்காட்சிப் பெட்டியில் வேறு காட்சி மாறிவிட்டது.

“என்ன நான் சொன்னதுக்கு பதிலே காணோம்.”

“ஏதாவது இருந்தாத்தானே சொல்றதுக்கு.”

“சரி. காபி கொண்டுவரவா.”

அப்பாடா என்றிருந்தது சுந்தரத்துக்கு. மனைவி அறை யிலிருந்து வெளியேறினாள். காபி தயார் செய்து எடுத்துவந்து அவனிடம் கொடுத்தாள். அவன் காபியை அருந்திக்கொண்டே தொலைக்காட்சிப் பெட்டியில் ஓடும் காட்சிகளைப் பார்த்துக் கொண்டிருந்தான். மனைவி தன் அறைக்குள் சென்று கதவைத் தாழிட்டாள். பீரோவிற்குள் துணிகளுக்குக் கீழ் இருந்த ஒரு நோட்டைப் பிரித்து அதில் இருந்த பத்திரிகையில் வெட்டி எடுத்த ஒரு சினிமா நடிகரின் படத்தைப் பார்த்துவிட்டு மீண்டும் நோட்டை அதே இடத்தில் ஒளித்துவைத்தாள்.

○

உயிர்மை, ஜூன் 2022

21

காதல் புனிதமானது

நான் கல்லூரியில் படிக்கும்போது வகுப்பில் உள்ளவர்கள் வைகை அணைக்கட்டிற்குச் சுற்றுலா செல்ல முடிவு செய்தோம். வீரகுமார் என்பவன்தான் லீடர். வகுப்பில் இருபாலரும் இருந்தோம். எனவே அவனுக்குப் பொறுப்பு அதிகம். என்னை அவனுக்குத் துணையாக இருக்குமாறு கேட்டான். நானோ அபிராமியை சைட் அடித்துக் கொண்டிருப்பவன் என்பதால் இத்தகைய பொறுப்புகளில் சிக்கிக்கொள்ளக் கூடாது என்பதில் உஷாராக இருந்தேன். எனக்கு விருப்பமில்லை என்று கூறிவிட்டேன். பிறகு ராஜனைத் துணைக்கு வைத்துக்கொண்டான். இதில் விசித்திரம் என்ன என்றால், என்னைப் போலவே அவனும் அபிராமியை சைட் அடித்துக்கொண்டிருந்தான். நான் என்னுடைய சக மாணவர்களிடம் என்னை ஒரு காலிப் பையனாகக் காண்பித்துக்கொண்டிருந்தேன்.

ஒரு வேனில் மாணவ மாணவியர் செல்ல வேண்டும். காலை டிபன், மதியச் சாப்பாடு, தண்ணீர் அவரவர்கள் கொண்டுவந்துவிட வேண்டும். போகும் வழியில் ஓர் இடத்தில் நிறுத்தி காலை டிபன் சாப்பிட வேண்டும். வைகை அணைக்கட்டில் மதியச் சாப்பாடு. இருட்டுவதற்குள் வீட்டுக்குத் திரும்பிவிட வேண்டும். இதுதான் திட்டம்.

நான் காலை டிபனாக சப்பாத்தியும் மதியச் சாப்பாடாக முட்டை பிரியாணியும் கட்டிக்கொண்டேன். நாங்கள் ஒரு குறிப்பிட்ட இடத்தில் கூடி வேனில் ஏற வேண்டும். அந்தக்

குறிப்பிட்ட இடத்திற்குச் சென்றுவிட்டேன். ஏற்கெனவே சிலர் வந்திருந்தார்கள். ராஜனும் அபிராமியும் தனியாக ஏதோ பேசிக்கொண்டிருந்தார்கள். நான் தாமதமாக வந்ததற்காக என்னையே நொந்துகொண்டேன். நான்தான் காலிப்பயலாயிற்றே. அவர்கள் இருவரும் பேசிக்கொண்டிருந்த இடத்திற்குச் சென்று அவர்கள் அருகில் நின்றுகொண்டேன். அபிராமி எப்போதும் ஓரக்கண்ணால் பார்ப்பவள். எதிரே ஆள் இருந்தாலும் தலையைச் சற்று சாய்த்து ஓரக்கண்ணால் பார்ப்பாள். அப்படித்தான் என்னைப் பார்த்தாள். எனக்குக் கிறக்கமாக இருந்தது.

ஏதாவது ஒரு சந்தர்ப்பத்தில் அவளிடம் லவ் லெட்டர் கொடுத்துவிட வேண்டும் என்று திட்டமிட்டிருந்தேன். ராஜனை லீடர் வீரகுமார் கூப்பிட்டான். அவன் எங்களை விட்டு அவனை நோக்கிச் சென்றான். நானும் அபிராமியும் இருந்தோம்.

“நீ இன்னைக்கி ரொம்ப அழகு” என்றேன். பிறகு, “இந்த புளூ கலர் சுரிதார் உனக்கு அவ்வளவு பொருத்தமா இருக்கு. எனக்கு உன் நெனைப்பாவே இருக்கு” என்றேன்.

“அப்படியா. சைட் அடிக்கிற பொண்ணுகளைப் பாத்தா அழகா இருக்கேன்னு சொல்லணும், டிரஸ் நல்லா இருக்குன்னு சொல்லணும். உடனே பொண்ணுக மயங்கிருவாங்க . . . அப்படின்னு நெனைக்கிறியா. வேற ஆளைப் பாரு” என்று சொல்லி அந்த இடத்தை விட்டு அகன்றாள்.

எனக்கு என்ன செய்வதென்றே தெரியவில்லை. இவளிடம் லவ் லெட்டர் கொடுத்தால் ஒன்றும் ஆகாது. அவளை என்னைக் காதலிக்க வைத்துவிட்டு பிறகு லவ் லெட்டர் கொடுப்பதுதான் சரி என்று என் சிற்றறிவிற்குப் பட்டது. அவள் நடந்து செல்லும்போது அவளது பின்புறம் அசைவதைப் பார்த்தேன். ஆசைப்படும் பெண்ணை ஆபத்திலிருந்து காப்பாற்றினால் அந்தப் பெண் காதலித்துவிடுவாள் என்றும், அல்லது எதிர்பாராத விதமாக அவள் மேல் மோதிக் கட்டிப்பிடித்தால் அவளுக்குக் காதல் வந்துவிடும் என்றும் எனக்குச் சினிமா சொல்லிக்கொடுத்திருந்தது. நான் மரத்தின் ஓரமாக நின்று சிகரெட் பிடித்துக்கொண்டிருந்தேன்.

வீரகுமார் என்னிடம் வந்தான். “ஏன் அபிராமிகிட்டே தப்பா நடந்துகிட்டே” என்றான்.

“நான் தப்பா எங்கே நடந்துக்கிட்டேன். அழகா இருக்கேன்னு சொன்னேன். அவ அழகாத்தானே இருக்கா. அப்ப சொல்றதுலே என்ன தப்பு” என்றேன்.

"நீ வைகை டேமுக்கு வரக்கூடாது. வந்தா பிரச்சினை வரும். என்ன ரவுடித்தனம் பண்றியா. ஒழுங்கா இரு. இல்லேன்னா நடக்கறதே வேற" என்றான்.

நான் அவன் முகத்தில் ஒரு குத்து விட்டேன். ஒரு குத்துதான். என் துரதிர்ஷ்டம், அவனுக்கு சில்லு மூக்கு உடைந்து ரத்தம் கொட்டியது. அவன் பயந்துபோனான். மாணவ மாணவியர் கூட்டம் கூடிவிட்டது. ராஜன் என்னிடம் சண்டைக்கு வந்தான். ஆனால் வீரகுமாரை ஆஸ்பத்திரிக்குக் கூட்டிச்செல்வது அதைவிட முக்கியம். சுற்றுலா ரத்தாகிவிட்டது. அபிராமி, ஒற்றை விரலைக் காண்பித்து, "ஒழுங்கா இருந்துக்க" என்று எச்சரித்தாள். நான், "போடி" என்றேன். அவள், "போடா" என்றாள்.

பின்கதையெல்லாம் வேண்டாம். இப்படித்தான் எங்கள் காதல் ஆரம்பமானது. நான் அபிராமியைத் திருமணம் செய்து கொண்டேன்.

என் மனைவிக்கு அடங்கி அவள் சொல்வதைக் கேட்டுக் கொண்டிருக்கிறேன்.

○

உயிர்மை, மார்ச் 2022

22

மனித மனம்

கால்களைப் பிடித்துக்கொள்ளச் சொன்னார் ரங்கையா. ஈஸ்வரி காலைப் பிடித்துக்கொண்டாள். "கெட்டியாகப் பிடி" என்றார். அவள் கெட்டியாகப் பிடித்துக்கொண்டாள். கண்களை மூடிக்கொண்டாள்.

படுத்திருந்த பாலையாவின் கண்கள் மேலும் கீழுமாகச் சுழன்றுகொண்டிருந்தன. வாய் குழறியது. ரங்கையா, பாட்டிலில் இருந்த விஷத்தை டம்ளரில் ஊற்றினார். டம்ளரில் கொடுத்தால் வாயிலிருந்து வழிந்துவிடும் என்பதால் ஸ்பூனில் எடுத்து பாலையாவின் வாயில் ஊற்ற நினைத்தார் ரங்கையா. அதை பாலையா கையால் தடுத்துவிடலாம், தலையை அசைத்துவிடலாம் என்று தோன்றியதும் கைப்பகுதியையும் கால் பகுதியையும் கட்டிலோடு சேர்த்துக் கட்டிவிடலாமே என்று அவருக்குத் தோன்றியது. ஈஸ்வரியைக் கயிறு எடுத்துவரச் சொன்னார்.

"ஏங்க சும்மா அப்படியே விட்டுட்டா ரெண்டு மூணு நாள்லே அவரே இறந்துபோயிருவாரு. எதுக்கு இவ்வளவு பாடுபடணும்"

"சோறு தண்ணியை நிப்பாட்டியும் இன்னும் உயிரு போக மாட்டேங்குது. சொன்னதைச் செய்" என்றார் ரங்கையா.

ஈஸ்வரி மனசுக்குள் அவரைத் திட்டினாள். 'இந்த மனுஷனுக்குத் தெருவுல ஏற்கனவே கெட்ட பேரு. இப்ப சொந்த அண்ணனையே கொல்லப்

பாக்குறாரு. யாராவது சந்தேகப்படமாட்டாங்களா. சொன்னாலும் புரியாது. மரமண்டை. ஒரு விஷயத்தை எப்படிக் கெடுதலாய்ச் செய்யணும்னே புத்தி போகுது. நல்ல வேளை இன்னும் என்னை ஒண்ணும் செய்யாம இருக்காரு. பின்னாலே ஏதாவது கெடுதல் பண்ணினாலும் பண்ணுவாரு. பிறவியிலேயே புத்தி இப்படி அமைஞ்சு போச்சு. இவரு சீக்கிரமா போய்த் தொலைஞ்சார்னா நிம்மதியா இருப்பேன். எந்நேரம் எப்படி மாறுவார்னே தெரியல. நாசமாப் போறவன்.'

ஈஸ்வரி நைலான் கயிறுகளை எடுத்துவந்தாள். "கொச்சைக் கயிறு இல்லையா" என்றார்.

"இல்லை. இது துணி காயப்போடறதுக்காக வைச்சிருந்த கயிறு" என்றாள்.

இரண்டு பேருமாகச் சேர்ந்து வயிற்றுப் பகுதியையும் கால் பகுதியையும் கட்டிலோடு சேர்த்துக் கட்டினார்கள். ஈஸ்வரிக்கு வியர்த்துவிட்டது.

"நீ தலையை கெட்டியாப் புடிச்சுக்கோ. ஸ்பூன் வேண்டாம். நான் வாயைத் திறந்து டம்ளரிலிருந்து அப்படியே ஊத்திர்றேன்."

ஈஸ்வரிக்கு வயிற்றைப் புரட்டிக்கொண்டு வாந்தி வரும் உணர்வு ஏற்பட்டது. 'அவரு கட்டிலோட கிடந்தாலும் கண்ணு முழிச்சுதான் இருக்கு. நம்மளைப் பாத்துக்கிட்டுதானே இருப்பாரு. ஆனா பேச்சு வரலே. இந்த மனுஷண் செய்யற கெட்டதுக்காக நானும் நரகத்திலே போயி கஷ்டப்படப்போறேன்' என்று நினைத்துக்கொண்டாள்.

ஈஸ்வரி தலையைக் கெட்டியாகப் பிடித்துக்கொண்டாள். கண்களை மூடிக்கொண்டாள். "கண்ணைத் தொற தேவடியா முண்டே. அப்பத்தானே கரெக்டா வேலையைச் செய்ய முடியும்" என்றார் ரங்கையா.

ஈஸ்வரி கண்களைத் திறந்தாள். டம்ளரிலிருந்த விஷத்தை பாலையாவின் வாயில் ஊற்றுவதைப் பார்த்தாள். பாலையாவின் விழிகள் மேலே செருகி தன்னையே பார்ப்பதுபோல் அவளுக்குத் தோன்றியது.

சிறிது நேரம் காத்திருந்தார்கள். அவர் உயிர் அடங்கியது. ரங்கையா கட்டியிருந்த கயிறுகளை அவிழ்த்தார். இருவரும் அந்த மாடி அறையிலிருந்து கீழே இறங்கினார்கள். கீழே வந்து ஹாலில் நாற்காலியில் ரங்கையா உட்கார்ந்திருந்தார். ஈஸ்வரி தரையில் அமர்ந்து சுவற்றில் சாய்ந்திருந்தாள்.

"இன்னும் கொஞ்ச நேரங் கழிச்சு நீ கத்தி அழு. பக்கத்து வீட்டுக்காரங்களுக்கெல்லாம் கேக்கணும்" என்றார் ரங்கையா.

ஈஸ்வரி இறந்துபோன தாய் தந்தையரை நினைத்துக் கத்தி அழுதாள். சுற்றியிருந்த வீட்டில் உள்ளவர்கள் வந்தார்கள். பாலையா இறந்துவிட்டார் என்று ரங்கையா வந்தவர்களிடம் கூறினார்.

ரங்கையா அண்ணனைக் கொன்றதுபோலத் தன்னையும் கொன்றுவிடுவாரோ அதற்கு முன் அவரைக் கொன்றுவிடலாமா என்று ஈஸ்வரிக்குச் சிந்தனை ஓடியது. 'அவரோட அண்ணனுக்குக் கல்யாணமாகலை. அவரோட சொத்து இவருக்குக் கிடைக்கும். நான் இவருக்குச் சமச்சுப்போடறேன். கூடப் படுத்துக்கறேன். எனக்குச் சொத்தும் கிடையாது. என்ன கொன்னா அவருக்குக் கஷ்டம்தான். அதனாலே கொல்ல மாட்டாரு' என்று நினைத்தாள்.

திடீரென்று ஓர் எண்ணம் தோன்றியது. 'அவர் வேறு ஒரு பெண்ணைக் கலியாணம் பண்றதா இருந்தா என்னைக் கொன்னுருவாரோ. அல்லது காரணமே இல்லாம என்னைக் கொன்னுருவாரோ. பெரியவரு காரியமெல்லாம் முடியட்டும். அப்புறமா நான் முந்திக்கிட்டு அவரைக் கொல்றது பத்தி யோசிப்போம்' என்று ஈஸ்வரி நினைத்துக்கொண்டாள்.

காரியங்கள் முடிந்து, ஒருநாள் ரங்கையாவுடன் படுக்கையைப் பகிர்ந்துகொண்டிருந்தபோது, அவரைக் கொன்றுவிட வேண்டும் என்று ஈஸ்வரி முடிவெடுத்தாள்.

௦

உயிர்மை, மார்ச் 2022

23

காரணம்

ராஜ்மோகன் மாடிப்படி ஏறி வீட்டை அடைந்து, அழைப்பு மணியை அழுத்தினார். ராஜ்மோகனுக்குச் சில வருடங்களுக்குப் பின் மும்தாஜ் பணி ஓய்வு பெற்றுவிட்டார். அவரிடம் மும்தாஜின் போன் நம்பர் இல்லை. ஆனால் அவர் குடியிருக்கும் அப்பார்ட்மெண்ட்டைக் கட்டியவர் ராஜ்மோகனின் நண்பர். அவர் ஒருமுறை மும்தாஜ் இந்த அப்பார்ட்மெண்ட்டில் ஒரு வீட்டை வாங்கிக் குடியிருக்கிறார் என்று கூறியிருந்தார். அதை வைத்து வீட்டைக் கண்டுபிடித்துவிட்டார்.

கதவு திறந்தது. ஒரு கிழவி நின்றிருந்தாள். சில நொடிகளில் அந்தக் கிழவிதான் மும்தாஜ் என்று அறிந்துகொண்டார். "நான் ராஜ்மோகன்" என்றார். "வாங்க அண்ணே. எப்படி இந்த வீட்டைக் கண்டுபிடிச்சிங்க" என்றார். அவர் விவரத்தைக் கூறினார்.

இருவரும் ஹாலில் போடப்பட்டிருந்த சோபாக்களில் உட்கார்ந்திருந்தார்கள். அவரவர் குடும்பங்களைப்பற்றி விசாரித்துத் தெரிந்து கொண்டார்கள். ராஜ்மோகன் வந்த விஷயத்தைச் சொல்ல ஆரம்பித்தார். "உங்க பிரண்டு சரோஜினி 1994ஆம் வருஷம் புத்துநோயிலே இறந்துபோனது உங்களுக்கு நினைவிருக்கும். அவுங்ககிட்டே நான் மூவாயிரம் ரூபாய் கடன் வாங்கியிருந்தேன். திருப்பிக் கொடுக்கலை. அப்புறம் அவுங்க இறந்து போயிட்டாங்க. இப்ப எனக்கும் வயசாயிருச்சு.

அடிக்கடி உடம்புக்கு முடியாமப் போகுது. எனக்குக் கடன் இல்லை. இந்த மூவாயிரம் ரூபாயைத் திருப்பிக் கொடுக்காதது மனசை உறுத்திக்கிட்டே இருக்கு. அவுங்க வூட்டுக்காரர் அல்லது புள்ளைகள் கிட்டே இந்தப் பணத்தைச் சேத்துட்டேன்னா நான் திருப்தியா போய்ச் சேருவேன். அவுங்க குடும்பம் இருக்கற இடம் தெரியுமா. அவுங்களோட உங்களுக்குத் தொடர்பு இருக்கா."

"இதுக்குப் போயி எதுக்கு மெனக்கெடறீங்க. சரோஜினியோ இறந்துபோயி பல வருஷங்கள் ஆச்சு. உங்க ரெண்டு பேருக்கு மட்டுமே இது தெரிஞ்ச விஷயம். உங்களுக்கு உறுத்தலா இருக்கலாம். என்னத்துக்கு இதைப் பெரிய விஷயமா நெனைச்சுக்கிட்டிருக்கிங்க. கோயில் உண்டியல்லே போட்ற வேண்டியதுதானே."

"இல்லை, எனக்கு அப்படிச் செய்ய விருப்பமில்லை. சரோஜினிக்கு ஒரு பையன், ஒரு பொண்ணு. பொண்ணு அப்ப கைக்குழந்தையா இருந்துச்சு. இப்ப எல்லோரும் வளந்து பெரியவங்களா ஆயிருப்பாங்க. கல்யாணம் ஆயிருக்கும்."

"எனக்கு அவுங்க குடும்பத்தோட தொடர்பு சரோஜினி இறந்துபோனதோட நின்னுபோச்சு. உங்களுக்கும் சரோஜினி நல்ல பிரண்டுதானே. உங்க ரெண்டு பேரையும் ஜோடி சேத்து ஆபீசுலே பேசிக்குவாங்க. அவுங்க வூட்டுக்காரரைத்தான் உங்களுக்குத் தெரியுமே. அவர் எங்கேயிருக்கார்னு உங்களுக்குத் தெரியலையா."

"தெரியலை. புள்ளைங்க எங்கே இருக்காங்கன்னும் தெரியலை."

"உங்களுக்கு அந்தப் பெண் குழந்தை எங்கே இருக்கணும்னு தெரியணும். இல்லையா. அந்தக் குழந்தை பேரு கார்த்திகை. அவளுக்கு உங்க சாயல்னு ஏங்கிட்டே சரோஜினி சொல்லி யிருக்காங்க. உங்களை நெனைச்சுக்கிட்டிருந்த காலத்துலே பிறந்ததுனாலே அந்தச் சாயலா இருக்கும்னு அவுங்க சொல்லியிருக்காங்க."

ராஜ்மோகனுக்கு திகைப்பும் பதற்றமும் ஏற்பட்டது. பேசாமலிருந்தார்.

"அவளை பெங்களூர்லே கட்டிக்கொடுத்திருக்குனு கேள்விப்பட்டேன். யார் சொன்னாங்கறதும் எனக்கு நெனைவில்லே. ஒரு கல்யாண வீட்லே நம்ம ஸ்டாஃப்தான் யாரோ சொன்னாங்க. ஞாபகம் வர மாட்டேங்குது."

"கண்டுபிடிக்கறது கஷ்டம்."

"ஆமா. எனக்கு வழி தெரியலை. நீங்க கண்டுபிடிக்க வேணாம். ஏதாவது குழப்பமாயிரும்."

"நீங்க சொல்றது உண்மைதான். ஆனா எனக்கு வயசா கிட்டே போகுது. உடம்புக்கும் அடிக்கடி முடியாம்ப போகுது. தூரத்திலே நின்னு ஒருதடவை பாத்துட்டாக்கூட போதும்."

"புரியுது. உங்க மனசுலே கஷ்டம் இருக்கு. சாவு வர்றதுக்கு முன்னாடி பாக்கணும்னு நெனைக்கிறிங்க."

"ஆமா. அப்படித்தான் வச்சுக்கோங்களேன்."

"ராஜ்மோகன் அண்ணே. இவ்வளவு வருஷங்கழிச்சு ஒவ்வொரு ஆளா தேடிப்போயி... குழப்பமாயிரும் அண்ணே."

"உங்களைப் பாத்தா ஏதாவது வழி கிடைக்கும்னு நெனைச்சேன். கிடைக்கலை. நாம பேசிக்கிட்ட விவரங்களை வெளியே சொல்லியிராதிங்க. நீங்க கண்ணியமானவங்க. மத்தவங்க மனசைப் புரிஞ்சுக்கிற பக்குவம் உள்ளவங்க."

"நான் யார்ட்டேயும் ஏதும் சொல்ல மாட்டேன். அண்ணே உங்க மொபைல் நம்பரைக் கொடுங்க. தேவைன்னா பேசறேன்."

"உங்க நம்பரையும் கொடுங்க" என்றார் ராஜ்மோகன். இருவரும் மொபைல் நம்பரைப் பதிவு செய்துகொண்டார்கள்.

"சரி. அப்ப நான் வரட்டுமா" என்றார் ராஜ்மோகன்.

"அண்ணே காபி சாப்பிட்டுப் போங்க" என்றார் மும்தாஜ். ராஜ்மோகன் மௌனமாக இருந்தார். மும்தாஜ் அடுக்களைக்குச் சென்று காபி தயார்செய்து கொண்டுவந்தார். இருவரும் காபி குடித்தார்கள். ராஜ்மோகன் எழுந்து நின்றார்.

"அண்ணே, எல்லாம் நல்லபடியா நடக்கும் அண்ணே. இன்ஷா அல்லாஹ்" என்றார் மும்தாஜ்.

ராஜ்மோகன் கதவைத் திறந்து வெளியேறினார்.

○

உயிர்மை, மார்ச் 2022

24

மாறியது நெஞ்சம்

பாபு தற்செயலாக அவளை அந்தக் கடை வீதியில் பார்த்தான். அவளுடைய கூடுதல் பார்வையும் சிரிப்பும் அவளைக் காட்டிக் கொடுத்தன. பாபு அவளை நெருங்கிச் சிரித்துக் கொண்டே தன்னுடன் வர முடியுமா என்று கேட்டான். அவள் வருவதற்குச் சம்மதம் தெரிவிக்கும் முன் தன்னுடைய ஊதியம் இவ்வளவு என்று சொன்னாள். அவன் "சரி" என்றான். கையில் அவள் இரண்டு கட்டைப் பை வைத்திருந்தாள். அதில் ஏதோ பொருட்கள், காய்கறிகள் இருந்தன.

அவள் பைகளைக் காண்பித்து இதை வீட்டில் கொடுக்க வேண்டும் என்றும் கொடுத்து விட்டு அவன் கூப்பிடும் இடத்திற்கு வருவதாகவும் கூறினாள்.

"என்னிடம் கார் இருக்கிறது. நான் உங்களை வீட்டில் இறக்கிவிடறேன். பிறகு நான் சொல்லும் இடத்திற்கு என்கூட நீங்கள் வரலாம்" என்றான்.

அவள் சற்று யோசித்துவிட்டு, "சரி" என்றாள். அவன்கூட நடந்து வந்தாள். அவன் அவள் வைத்திருந்த ஒரு பையை வாங்கிக்கொண்டான். இருவரும் காரை நோக்கி நடந்தார்கள்.

"எங்கு போக வேண்டும்" என்று பாபு கேட்டான். அவள் இடத்தைச் சொன்னாள். பிறகு இருவரும்

மௌனமாகவே நடந்துவந்தார்கள். காரை அடைந்தாயிற்று. காரின் பின் கதவைத் திறந்து, அவனிடமிருந்த பையையும் வாங்கிப் பின்புற ஸீட்டில் வைத்துவிட்டு அவள் உட்கார்ந்துகொண்டாள். கார் ஸ்டார்ட் ஆகியது. அவள் வழியைச் சொன்னாள். கார் குறுகிய சாலைகளின் வழி சென்றது. ஓர் இடத்தில் காரை நிறுத்தச் சொன்னாள். "இந்த சந்திற்குள் போகவேண்டும். கார் உள்ளே வர முடியாது. நான் போய் பைகளைக் கொடுத்துவிட்டு வந்துவிடுகிறேன். இப்படி ஓரமாக நிறுத்தி வைத்துக்கொள்ளுங்கள்" என்றாள்.

அவள் காரிலிருந்து இரண்டு பைகளையும் எடுத்துக் கொண்டு பாபுவைப் பார்த்துச் சிரித்தாள். பிறகு பைகளுடன் சந்திற்குள் திரும்பினாள். பாபு காரிலேயே அமர்ந்து பாட்டுக் கேட்டுக்கொண்டிருந்தான். பிறகு இறங்கி சந்துக்குள் திரும்பி வீடுகளைப் பார்த்தான். சந்தின் இருபுறமும் அசுத்தங்களாக இருந்தன. போர்ஷன் வீடுகள் சில தெரிந்தன. திரும்பி வந்து காருக்குள் உட்கார்ந்து பாட்டுக் கேட்டான்.

சற்று நேரத்தில் அவள் வந்தாள். ஆடை மாற்றியிருந்தாள். முகம் கழுவி பவுடர் போட்டிருந்தாள்.

"ரொம்ப நேரமாயிருச்சா."

"இல்லை. சீக்கிரமாவே வந்துட்டே."

"போர்ஷன் வீடா."

"ஆமாம்."

"கூட யார் இருக்காங்க."

"அம்மா இருக்காங்க. நோயாளி."

"அப்பா."

"எங்கேயிருக்கார்னு தெரியலை."

"கூடப் பிறந்தவங்க..."

"ஒரு அண்ணன். எங்கேயிருக்கார்னு தெரியலை."

"இன்னைக்கு இரவு என்கூட நீ தங்கணும்."

"சரி. நான் சொல்லிட்டுத்தான் வந்தேன். காலையிலும் வரலாம். லேட்டாவும் வரலாம்னு அம்மாவுக்கு டிபன் எடுத்து வைச்சுருக்கேன். பிரச்சினையில்லை. தங்கலாம். நான் உங்கிட்டே சொன்னது ஒரு இரவு தங்கறதுக்கான பணம் இல்லை. அதுக்குன்னா கூட ஆகும்."

தாரிணியின் சொற்கள்

“பரவாயில்லை. முதல்லே எனக்கு அந்த எண்ணம் இல்லை. இப்ப இரவு தங்கலாம்னு தோணுது.”

“உங்க விருப்பம்போல இருக்கேன்” என்றாள். அவன் மனம் இந்த வார்த்தைகளால் கிளர்ச்சியடைந்தது. பெரிய ஹோட்டலின் வளாகத்திற்குள் கார் நுழைந்தது.

“பெரிய ஹோட்டலா இருக்கே” என்றாள்.

“ஆமாம். பெரிய ஹோட்டல்தான். ரூம் வசதியா இருக்கும்.”

“நான் துண்டுகூட எடுத்து வரலை” என்றாள்.

“துண்டு, சோப், டூத்பேஸ்ட், எல்லாம் ரூம்லேயே இருக்கும்” என்றான்.

இருவரும் அறைக்குள் நுழைந்தார்கள். சோபாவில் அவளை அமரச் சொன்னான். அந்தப் பகட்டான சூழ்நிலைக்கு அன்னியமானவளாக அவள் உணர்ந்திருந்ததினால் ஒடுங்கி உட்கார்ந்திருந்தாள். அவன் அவளை நன்றாகச் சௌகரியமாக உட்காரச் சொன்னான்.

“உன் பெயரென்ன” என்று அவன் கேட்டான்.

அவள் “சுந்தரி” என்றாள்.

“நான் உன்னை ‘சுசித்ரா’ என்று கூப்பிடுவேன்” என்றான் பாபு. அவள் “சரி” என்றாள்.

“சுசித்ரா பாத்ரூம் போறதுன்னா போயிட்டு வா” என்றான்.

சுசித்ரா எழுந்து பாத்ரூம் சென்றாள். பாத்ரூமிற்குள் சென்று பாத்ரூம் சுத்தமாக இருப்பதைப் பார்த்தாள். சிறுநீர் கழித்தாள். கண்ணாடியில் முகம் பார்த்துக்கொண்டாள். கூந்தலைச் சரிசெய்துகொண்டாள். வேறு சேலை கட்டி வந்திருக்கலாமே என்று அவளுக்குத் தோன்றியது. அவன் சோபாவில் அமர்ந்து ஸ்டூலில் காலை நீட்டி அமர்ந்து டி.வி. பார்த்துக்கொண்டிருந்தான். அவள் சோபாவில் அமர்ந்தாள். பாபு சோபா அருகே வந்து அவளை சோபாவிலிருந்து எழச் சொன்னான். அவளை இறுக்கமாகக் கட்டிக்கொண்டான். அவனுடைய இறுக்கம் தாளாமல் சற்று திணறினாள். அவன் இறுக்கத்தைத் தளர்த்தினான். அவன் மீண்டும் அவளை இறுக்கக் கட்டினான். “சுசித்ரா” என்று முணுமுணுத்தான்.

“காலையில் ஒரு விஷயம் சொல்றேன். நீ சம்மதிக்கணும்” என்று அவள் காதருகே கிசுகிசுப்பாகக் கூறினான். அவள் “சரி” என்றாள்.

காலையில் இருவருக்குமே உடல் அலுப்பு இருந்தது. இருவருக்குமே மாற்று ஆடைகள் இல்லை. இருவரும் குளித்துவிட்டு ஆடைகள் அணிந்துகொண்டார்கள்.

"யாருங்க அந்த சுசித்ரா. ராத்திரி நூறு தடவையாவது சொல்லியிருப்பீங்க. உணர்ச்சி வர்றப்பல்லாம் அந்தப் பேரைச் சொன்னீங்க."

"அந்த 'சுசித்ரா' நீதான்" என்றான் பாபு.

"காலையிலே ஏதோ சொல்றதா சொன்னீங்களே."

"ஆமாம் சுசித்ரா. நான் ஊருக்கு வெளியே ஒரு வீடு பாத்து உன்னை வைத்துக்கொள்கிறேன். உன் அம்மாவும் உன்கூட இருக்கட்டும். நாம் மாடியிலும் உன் அம்மா கீழேயும் இருக்கலாம். இரவில் தங்குவது பெரும்பாலும் எனக்குச் சிரமம். பெரும்பாலும் மதிய வேளைகளில் வந்து போவேன். வீட்டு வாடகை, குடும்பச் செலவு, பிற செலவுகள் எல்லாத்துக்குமான பணத்தை உன்னிடம் கொடுத்துவிடுவேன். நீ வேற யாரிடமும் செல்லக் கூடாது. சுசித்ரா என் மனைவி மாதிரி."

சுசித்ரா அவனை அணைத்து முத்தமிட்டாள்.

போர்ஷன்வாசி ஒருவர் மாலில் சுசித்ராவைப் பார்த்தார். அவள் பளபளப்பாக செழிப்புடன் நகைகள் அணிந்து இருந்தாள். அவளை சந்தேகத்துடன் பார்த்த போர்ஷன்வாசி, "நீ சுந்தரிதானே" என்றார்.

"இல்லை. என் பெயர் சுசித்ரா" என்றாள்.

○

உயிர்மை, ஜூன் 2022

25

உறவு என்பது...

அவர் படுக்கையில் படுத்திருந்தார். மனைவியை அழைத்தார். நான்கு முறை அழைத்தும் அவள் வரவில்லை. படுக்கைக்குப் பக்கத்தில் ஒரு பஸ்ஸர் வைக்கச் சொல்லியிருந்தார். பஸ்ஸர் ஒலி தனக்குப் பிடிக்காது என்று மனைவி மறுத்து விட்டாள். செல்போனில் கூப்பிடலாம். கூப்பிடும் நேரத்தில் பெரும்பாலும் அவள் வேறு யாரிடமோ பேசிக்கொண்டிருப்பாள். அவர் கூப்பிடுவதை செல்போன் மூலம் அறிந்தாலும், யாரிடம் பேசிக்கொண்டிருக்கிறாளோ அதை முடித்துவிட்டு, செல்போனிலேயே அவரைக் கூப்பிடுவாள். ஒரே வீட்டிற்குள் இருந்துகொண்டு இப்படி செல்போனில் பேசிக்கொள்வது அவருக்கு எரிச்சலாக இருக்கும். இருந்தாலும் தன் தேவையை அவர் சொல்வார். காபி வேண்டும் என்று சொல்வார். காபி தாமதமாகத்தான் வரும். அவர் எதிர்பார்த்துக்கொண்டே இருப்பார். ஆனால் காபி வந்துவிடும்.

அவருக்கு உயிரின் இருப்பு பெரிய பிரச்சினை யாக இருந்தது. உயிர் போய்விடும் என்றுதான் ஒவ்வொரு நாளும் எதிர்பார்த்துக்கொண்டிருக் கிறார். காலையில் வருபவர், வந்து டயபர் மாற்றி விட்டு ஈரத்துணியால் உடலைத் துடைத்து விட்டுச் சென்றுவிட்டார். அவர் மனைவியுடன் சில விஷயங்கள் பேச நினைத்திருந்தார். அவள் பொறுமையாகக் கேட்க வேண்டும்.

மனைவி வந்தாள். "என்ன" என்று அதட்ட லாகக் கேட்டாள். அவர் பயந்தார். அவளைத்தான்

சுரேஷ்குமார இந்திரஜித்

உணவுக்கும் பிற விஷயங்களுக்கும் நம்பி இருக்க வேண்டியுள்ளது. நாற்காலியைப் பத்து அடி தள்ளிப் போட்டு உட்கார்ந்தாள்.

“நான் உயிருடன் இருப்பது எனக்கும் பிரச்சினை. உனக்கும் பிரச்சினை. நான் ஒரு முடிவுக்கு வந்துள்ளேன். என் முகத்தில் தலையணையை வைத்து அழுத்தினால் என்னையறியாமல் உடல் திணறும். அதைப்பற்றி யோசிக்காமல் தொடர்ந்து அழுத்தினால் என் உயிர் அடங்கிவிடும். எனக்கு உதவி செய்வதாக நினைத்துக்கொள்.”

“உங்கள் திட்டம் எனக்குத் தெரியும். எனக்குக் கொலைப் பட்டம் கட்டி ஜெயிலுக்குள் தள்ள வேண்டும் என்பதுதானே. நீங்கள் வாட்ஸ்அப்பிலோ மெசேஜிலோ இத்தகவலைப் பிறருக்குத் தெரிவித்து என்னை மாட்டிவிடுவீர்கள். உங்களைப் பற்றி எனக்குத் தெரியாதா.”

“இல்லை. சத்தியமாக நான் அப்படிச் செய்ய மாட்டேன். என் செல்போனை நீ எடுத்து வைத்துக்கொள்.”

“உங்கள் தந்திரம் தெரியாதா. என்னிடம் செல்போனைக் கொடுத்துவிடுவீர்கள். ஆனால் யாரிடமாவது சொல்லி வைத்திருப்பீர்கள். மரணத்திற்குப் பின் சந்தேக மரணம் என்று புகார் கொடுக்கும்படி என்னை மாட்டிவிடத் திட்டம்போடு கிறீர்களா.”

“இல்லை. அப்படியெல்லாம் செய்யவில்லை. என்னை நம்பு. உடம்பு சரியில்லாமல் கிடப்பதால் யாருக்கும் சந்தேகம் வராது.”

“இல்லை. உங்களை நம்ப முடியாது. நான் இருக்கறப்ப அந்தத் தேவடியா முண்டையை சேத்து வைச்சிருந்திங்களே. என்னை எவ்வளவு திட்டியிருப்பிங்க. எவ்வளவு கொடுமைப் படுத்தியிருப்பிங்க. அப்ப எனக்கு வேற வழி இல்லை. இப்ப ரெண்டு மகன்ங்க இருக்காங்க. நீங்க போனதுக்கப்பறம் நான் போய் ஜம்முனு அவங்ககிட்டே இருந்துக்குவேன். நீங்க மனசுலே ஈரம் இல்லாத ஆளு. புள்ளைகள்கிட்டே என்னைக்காவது பாசமா பேசியிருப்பிங்களா. நல்லவேளை படிக்க வைச்சிங்க. அது காலத்தோட கட்டாயம். இப்ப என் காலம். என்னை நம்பித்தான் நீங்க இருக்கீங்க.

“என்னைப் பழிவாங்குறியா.”

“ஆமாம்னு வைச்சுக்குங்க.”

“எனக்கு காபி கிடைக்குமா.”

"கொண்டு வர்றேன்." அவள் எழுந்து சென்றாள். 'பட்டினி போட்டுக் கொன்றுவிடலாம். அந்தப் பாவம் வந்து சேருமே' என்று வழக்கம்போல யோசித்துக்கொண்டே அடுக்களைக்குச் சென்றாள்.

காபி கொண்டுவந்தாள். அவளுக்கு நெஞ்சு வலிக்கிறாற் போல இருந்தது. காபியை அவர் படுக்கையருகே இருந்த ஸ்டூலில் வைக்கும்போது அவளுக்குக் கடுமையாக நெஞ்சு வலித்தது. பத்தடி தள்ளியிருந்த சேரில் உட்கார்ந்தாள். நெஞ்சைப் பிடித்துக்கொண்டிருந்தவளின் கை துவண்டு விழுந்தது. சேரிலேயே சரிந்த நிலையில் இருந்தாள். அவர், அவளுடைய பெயரைச் சொல்லி அழைத்தார். அவளிடம் அசைவில்லை.

அவர் உடனே செல்போன் மூலம் அருகிலிருப்பவர்களுக்குத் தகவல் சொன்னார். காபியைக் குடித்தார். அவள் பிழைத்து விடுவாளா அல்லது இறந்துவிட்டாளா என்பது தெரியவில்லை. ஒருவேளை இறந்துவிட்டால், எங்காவது ஹோமில் கொண்டுபோய் தன்னைச் சேர்த்துவிடுவார்களே என்ற கவலை ஏற்பட்டது. அதற்கு அவள் கூட இருப்பதே தேவலை என்ற எண்ணம் ஏற்பட்டது. அருகிலிருந்தவர்கள் வரும் சத்தம் கேட்டது. அவளைத் தூக்கிக்கொண்டு மருத்துவமனை சென்றார்கள்.

சுகமாகி வந்துவிடுவாளா அல்லது இறந்துவிட்டாளோ என்று குழப்பம் ஏற்பட்டது. சுகமாகி வந்துவிட்டால் நல்லது என்றே அவருக்குத் தோன்றியது.

o

உயிர்மை, ஜூன் 2022

26

ஓடிக்கொண்டிருக்கும் நதி

அந்த அப்பார்ட்மெண்டில் அலெக்ஸாண்டர் வீட்டிற்கு அடுத்த வீட்டிற்குப் புதிதாக ஒரு குடும்பம் வாடகைக்கு வருகிறது. அந்தக் குடும்பத் தலைவர் ரயிலில் வேலை பார்த்து ஓய்வுபெற்றவர் என்று அலெக்ஸாண்டர் தெரிந்துவைத்திருந் திருந்தார். பிற விவரங்களைப் பின்னர் தெரிந்து கொள்வோம் என்று நினைத்தார். அடுத்த வீட்டிற்குப் பொருட்கள் வந்து இறங்கிக்கொண்டிருந்தன. மேலாண்மை செய்துகொண்டிருந்தவர்தான் அடுத்த வீட்டிற்குக் குடிவருகிறவர் என்று நினைத்தார். அவர் பொருட்களை எங்கெங்கே இறக்கிவைக்க வேண்டும் என்று சொல்லிக்கொண்டிருந்தார். ஒரு ஆட்டோ வந்து நின்றது. ஒரு பெண் இறங்கினார். அவர் உடனே அவளை அடையாளம் கண்டுகொண்டார். அவள் கிளாரா. பார்த்து எவ்வளவோ காலம் ஆகிவிட்டது. அவள் அவரைப் பார்க்கவில்லை.

அலெக்ஸாண்டர் வீட்டுக்குள் வந்துவிட்டார். பழைய நினைவுகள் மனதில் மேலெழுந்து வந்தன. பழைய கிளாராவை நினைத்துக்கொண்டார்.

அலெக்ஸாண்டர் பணிபுரிந்த அலுவலகத்தில் கிளாரா தற்காலிக ஊழியராகப் பணிபுரிந்தார். வசதியற்ற குடும்பம். அவளுக்கு முதலில் சுப்பிரமணியத்திடம் தொடுப்பு இருந்தது என்று சொல்வார்கள். அவர் வேறு ஊருக்கு மாறுத லாகிச் சென்றுவிட்டார். அலெக்ஸாண்டரின் மேசையின் எதிர்ப்புறத்தில் கிளாரா நாற்காலியில் உட்கார்ந்திருப்பாள். அலெக்ஸாண்டருக்கு உதவியாக அவர் சொல்லும் வேலைகளைப் பார்க்குமாறு மேலதிகாரி அவளுக்கு உத்தரவிட்டிருந்தார்.

அவளுக்குச் சுருட்டை முடி. மூக்கு சற்று விடைத்திருக்கும். பெரிய உதடுகள். மெலிந்த சிவந்த உதடுகள் தரும் கவர்ச்சி ஒருவிதம் என்றால் இந்தப் பெரிய உதடுகள் தரும் கவர்ச்சி இன்னொரு விதம். அலெக்ஸாண்டருக்குத் தன் காலில் இன்னொருவரின் கால் தேய்ப்பது போலிருந்தது. காலை இழுத்துக்கொண்டார். கிளாராவைப் பார்த்தார். அவள் ஏதோ எழுதிக்கொண்டிருந்தாள். இவர் பக்கம் திரும்பிக்கூடப் பார்க்கவில்லை. அவள் தனக்குத் தரும் சமிக்ஞை என்று அவர் அறிந்துகொண்டார்.

வாசலில் யாரோ காலிங் பெல்லை அழுத்தி, பெல் ஒலித்தது. அலெக்ஸாண்டர் வந்து கதவைத் திறந்து பார்த்தார். கிளாரா நின்றுகொண்டிருந்தார்.

"எப்படி நான் இங்கிருப்பது தெரியும்" என்றார்.

"என்ன... பக்கத்து வீட்டுக்காரரைத் தெரியாதா. காலையில் நீங்கள் வாக்கிங் போகும்போது பார்த்தேன்."

"சாமான்கள் இறங்கிக்கொண்டிருக்கும்போது நீங்கள் ஆட்டோவில் வந்து இறங்கினீர்கள். அப்போதே உங்களைப் பார்த்துவிட்டேன்."

"உங்க கணவர் வரக் காணோம்."

"அவர் வெளியே போயிருக்கார். நான் கல்யாணம் பண்றப்ப அவர் டெம்ப்ரரியாத்தான் ரயில்வேயிலே வேலை பாத்தார். பின்னாலே எப்படியோ பெர்மணன்ட் ஆயிட்டார். ரிட்டயர்டும் ஆயாச்சு."

"குழந்தைகள் எங்கே இருக்காங்க."

"ஒரே பையன். கல்யாணமாகி அமெரிக்காவிலே இருக்கான். உங்களுக்கு..."

"எனக்கு ஒரு மகள், ஒரு மகன். மகள் கல்யாணமாகி கோயம்புத்தூர்லே இருக்கா. மகனுக்கு சமீபத்துலேதான் கல்யாணமாச்சு. அவங்க கூடத்தான் நான் இருக்கேன். ரெண்டு பேரும் வேலை பாக்கிறாங்க. என் மனைவி இறந்துபோயிட்டாங்க. ரத்தப் புற்றுநோய். காலையிலே மருமக சமைச்சு வைச்சுட்டுப் போயிருவா. ரெண்டு பேரும் சாயந்தரமா வருவாங்க. ஒத்தை ஆளா பொழுதைப் போக்கிக்கிட்டு இருக்கேன். சர்ச்சுக்குப் போவேன். டி.வி. பாப்பேன்."

"வொய்ப் இறந்து எவ்வளவு காலமாச்சு."

"அஞ்சு வருஷம். கஷ்டப்பட்டு இறந்தா."

சற்று நேரம் இருவரும் மௌனமாக இருந்தார்கள்.

"என் ஞாபகம் வருமா" என்றாள் கிளாரா.

“எப்பவாவது வரும்.”

“எப்ப வரும்.”

“காமம் வரும்போது ஞாபகம் வரும். பழசை யோசிக்கறப்ப ஞாபகம் வரும்.”

“கடைசியா, என்னக் கூட்டிக்கிட்டு ஒவ்வொரு லாட்ஜா போயி இடமில்லாம சுத்திக்கிட்டு இருந்தோம். கடைசியா ஒரு லாட்ஜ்லே இடம் கிடைச்சது. ரூம் பையன் வாங்கிக் கொடுத்த மட்டன் பிரியாணியின் ருசி இன்னும் எனக்கு ஞாபகம் இருக்கு. நீங்க கில்லாடிதான். அந்த அனுபவம் சாகறவரை ஞாபகத்துலே இருக்கும்.”

“எனக்கும் அந்த அனுபவம்தான் மொத்த அனுபவங்கள்லே முதலா ஞாபகத்துக்கு வருது.”

“அதுக்கப்புறம் என் கல்யாணத்துலே உங்களைப் பாத்தேன். திருச்சிக்குப் போயிட்டோம். கல்யாணத்துக்கப்புறம் பத்தினியா மாறிட்டேன்.”

“இப்பவும், பத்தினிதானா.”

“ஆமா. கல்யாணம் ஆயிருச்சுன்னா பத்தினிதானே. வயசும் கூடிக்கிட்டே போகுது.”

“வயசு கூடாம இருக்கறப்ப நாம சந்திச்சிருந்தாலும் பத்தினிதானா ...”

“ஆமா. கல்யாணத்துக்குப் பின்னால் நான் பத்தினி யாயிட்டேன்.”

“சரி. நல்லதுதான். ஆரம்பிச்சா அப்புறம் நிக்காது. தொடர்ந்து கிட்டே போகும். வாழ்க்கை குழம்பியிரும்.”

“சரியாச் சொன்னீங்க” என்றாள் கிளாரா.

சற்றுநேரம் மௌனம் நிலவியது. “அவர் வந்துருவாரு. பிறகு அவரை உங்களுக்கு அறிமுகப்படுத்தி வைக்கறேன். நல்ல மனுஷன்.”

அவள் எழுந்தாள். அலெக்ஸாண்டரும் எழுந்தார்.

“அந்த லாட்ஜ் பேர் என்ன” என்றாள்.

“அமிர்தம் லாட்ஜ்” என்றார்.

“ஆமாம். அமிர்தம்தான்” என்று சொல்லிக்கொண்டே அவள் வெளியேறினாள்.

○

உயிர்மை, ஜூலை 2022

27

சவுந்தர்யா – சுப்புலட்சுமி

சிறையிலிருந்து வெளியே வந்தான் இசக்கி முத்து. அவனுடைய மனைவியின் அண்ணன் வெளியே காத்திருந்தான். ஆட்டோவில் வீட்டுக்கு அழைத்துச் சென்றான். மனைவியைப் பார்த்தான். அவள் பதற்றத்திலும் வெட்கத்திலும் இருந்தாள். திருமணமாகி ஆறுமாத காலத்தில், ரவியைக் கொலை செய்த வழக்கில் எட்டு ஆண்டுகள் சிறை தண்டனை பெற்று விடுதலை பெற்றுள்ளான்.

“அண்ணே, மாமா டீ சாப்பிடறாங்களான்னு கேளுங்க.”

“ஏன் நீயே கேட்க வேண்டியதுதானே” என்றான் அண்ணன்.

இசக்கிமுத்து மனைவியை நன்றாகப் பார்த்தான். சிறையில் பார்க்க வருபவர்களின் கூட்டத்திற்கிடையே அவளைப் பார்த்தது. இப்போது வீட்டில் சுதந்திரமாகப் பார்க்க முடியும். பேச முடியும். இசக்கிமுத்துவின் மனைவி சுப்புலட்சுமி டீ தயாரிக்க உள்ளே போனாள்.

“வடிவு அவுங்க அப்பா வீட்டுக்கு ஊர் கிடாவெட்டுக்கு போயிருக்கு. வந்ததும் உங்களைப் பாக்க கூட்டிவர்றேன்.”

“அதான் ஏற்கனவே ஊர் கிடாவெட்டுக்கு போனதா சொன்னீங்களே. மெதுவா வரட்டும். நான் அதையெல்லாம் ஒரு விஷயமா நெனைக்கிற வனில்லை” என்றான் இசக்கிமுத்து.

இசக்கிமுத்து, சுப்புலட்சுமி கல்யாணத்தின்போது சுப்புலட்சுமியின் அப்பா மட்டும் இருந்தார். அம்மா ஏற்கெனவே காலமாகியிருந்தார். சுப்புலட்சுமியின் அண்ணன் மாரிமுத்துவும் அப்பாவும் கல்யாணத்தை

நடத்திவைத்தார்கள். மாரிமுத்துவிற்கு ஏற்கெனவே கல்யாணமாகி யிருந்தது. மாரிமுத்துவின் குடும்பதோடு அப்பா இருந்தார். சுப்புலட்சுமியையும் இசக்கிமுத்துவையும் தனிக்குடித்தனம் வைத்தார்கள். இசக்கிமுத்து சிறைக்குச் சென்ற பின்னர், அப்பா சுப்புலட்சுமியுடன் இருந்தார். ஆறு மாதத்திற்கு முன் அவர் காலமாகிவிட்டார்.

சுப்புலட்சுமி டீ கொண்டுவந்தாள். டீயைக் குடித்துவிட்டு மாரிமுத்து, இசக்கிமுத்துவைப் பார்த்துச் சொன்னான்.

"காலையிலேயே கறி வாங்கி தங்கச்சிகிட்டே கொடுத் துட்டுத்தான் உங்களைப் பாக்க வந்தேன்."

இசக்கிமுத்து சிரித்துக்கொண்டான். "நன்றி மாப்பிள்ளே" என்றான்.

"நான் போயிட்டு வாறேன்" என்றான் மாரிமுத்து.

"அண்ணே, அண்ணியும் இல்லை. மத்தியானம் சாப்பிட வந்துரு" என்றாள் சுப்புலட்சுமி.

"என் சிநேகிதக்காரன் ஒருத்தன் சாப்பிடக் கூப்பிட்டுருக்கான். வான்கோழி பிரியாணி வைக்கறானாம். நாளைக்கு காலையிலே வெள்ளன உன் அண்ணி வந்துருவா. அவளைக் கூட்டியாறேன்."

சுப்புலட்சுமி அவனை இருக்குமாறு அழுத்திக் கூறவில்லை. 'உண்மையோ பொய்யோ அண்ணன் நாங்க தனியா இருக்கட்டும்னு நெனைச்சுப் போறாரு' என்று நினைத்துக்கொண்டாள்.

மாரிமுத்து சென்றுவிட்டான். இசக்கிமுத்துவும் சுப்புலட்சுமி யும் தனியாக இருந்தார்கள். சுப்புலட்சுமிக்குப் படபடப் பாக இருந்தது. இசக்கிமுத்து எழுந்து கதவைச் சாத்தினான். சுப்புலட்சுமியின் கையைப் பிடித்து இழுத்து அணைத்துக் கொண்டான். அணைப்பு இறுகியது. சுப்புலட்சுமி நெளிந்தாள். "ராத்திரி வைச்சுக்குவோம். சமையல் பண்ணனும்" என்றாள்.

"அதுவரைக்கும் தாங்காதே."

"வெளிச்சமா இருக்கு. நீங்க பல வருஷங்கழிச்சி வந்திருக்கிங்க. யாராவது பாக்க வருவாங்க. கதவு சாத்தியிருந்துச்சுன்னா என்ன நெனைப்பாங்க. வேண்டாங்க" என்றாள்.

அவன் பிடியை விட்டான். அவள் ஓசையில்லாமல் கதவைத் திறந்து வைத்தாள். அவனைப் பார்த்துச் சிரித்துக்கொண்டே அடுக்களைக்குச் சென்றாள்.

அடுக்களையிலிருந்து ஆட்டுக்கறி சமைக்கும் வாசனை வந்தது. படுக்கையில் கண்மூடிப் படுத்திருந்த இசக்கிமுத்துவிற்கு ரவி இறந்த சம்பவம் நினைவிற்கு வந்தது. ரவி அவனுக்கு நெருங்கிய நண்பன். மொத்த நண்பர்களிலும் அவனே முதல் இடத்தில்

இருந்தான். ரவியினால் பல காரியங்களைச் செய்ய முடிந்தது. சூழ்நிலையைக் கையாளும் விதத்தில் கெட்டிக்காரனாகவும் புத்திசாலியாகவும் சாமர்த்தியசாலியாகவும் இருந்தான். பொருளாதாரத்திலும் அவனுக்கு நல்ல முன்னேற்றம் இருந்தது. தன் மனதில் அவன் மேல் பொறாமை ஏற்படுவதை இசக்கிமுத்து உணர்ந்திருந்தான். ரவியின் மனைவி சவுந்தர்யா அழகானவள். சிவந்த நிறம் உடையவள்.

அன்று இருவரும் மது அருந்த முடிவு செய்து, கோழி, சுக்கா வறுவல், மது பாட்டில், நொறுக்குத் தீனியுடன் சாமிக்கண்ணுவின் தென்னந்தோப்பிற்குள் நுழைந்து நிழல் பார்த்து, பெட்ஷீட்டை விரித்து உட்கார்ந்தார்கள். குடிக்க ஆரம்பித்தார்கள். ஏதேதோ பேசிக்கொண்டிருந்தார்கள்.

அப்போது திடீரென்று பிடித்த நடிகைகள் பற்றிப் பேச்சு வந்தது. இசக்கிமுத்துவிற்கு அந்தச் சமயம் ரவி மனைவி சவுந்தர்யாவின் தோற்றம் நினைவுக்கு வந்தது. அவர்களுக்குள் சண்டை மூண்டது. இருவரும் அதிக போதையில் இருந்தார்கள். போதையிலும் தன்மீது தப்பு இருப்பதாக இசக்கிமுத்துவிற்கு மெலிதாகத் தோன்றியது. சண்டையில் தான் ஜெயிக்க வேண்டும் என்ற உணர்வு தோன்றியது. அண்டிராயர் பையில் வைத்திருந்த மடக்குக்கத்தியை எடுத்து ரவியைக் குத்திவிட்டான். அவனைக் கொல்ல வேண்டும் என்று நினைக்க வில்லை; ஜெயிக்க வேண்டும் என்ற நினைப்பு உந்தித் தள்ளியது. அந்தக் கணத்தில் அவனுக்கு சுப்புலட்சுமி நினைவுக்கு வந்தாள். சரியான நாட்டுக்கட்டைதான் என்ற எண்ணம் தோன்றியது. ரவியை மேலும் சில தடவைகள் குத்தினான். ரவி கீழே விழுந்தான். பிறகு அவன் இறந்துவிட்டானென்று தோன்றியது.

இசக்கிமுத்து தன்னையறியாது தூங்கிவிட்டான். சுப்புலட்சுமி வந்து அவன் தூங்கிக்கொண்டிருப்பதைப் பார்த்து எழுப்பலாமா வேண்டாமா என்று யோசித்தாள். சமையல் முடிந்து தயார் நிலையில் இருந்தது.

"மாமா, எந்திரிங்க மாமா. சாப்பாடு ரெடியாயிருக்கு" என்று அவனை எழுப்பினாள். அவன் விழித்து அவளைப் பார்த்து அவள் கையைப் பிடித்து இழுத்தான்.

"மாமா, வாசக்கதவு திறந்திருக்கு" என்று அவனிடமிருந்து விடுவித்துக்கொண்டாள்.

"சுப்பு, நீ சரியான நாட்டுக்கட்டை" என்று அப்போது இசக்கிமுத்து சொன்னான்.

o

உயிர்மை, ஜூலை 2022

சுரேஷ்குமார இந்திரஜித்

28

கண்ணாடிப் பொருள்

சாப்பாட்டிற்கு வழி இல்லாத குடும்பத்தில் பிறந்தவனுக்கு 'செல்வம்' என்று ஏன் பெயர் வைத்தார்கள் என்று பலதடவை அவன் யோசித் திருக்கிறான். எப்போதும் பணத்தட்டுப்பாடு. கடன் வாங்கினால், அதைத் திரும்பச் செலுத்த வழி இல்லை. அநியாயமான வட்டி. வேறு வழி இல்லாத நேரத்தில் கடன் வாங்கி, கட்ட முடியாத நேரத்தில் வட்டிக்காரன் மாதச் சம்பளத்தை அப்படியே பிடுங்கிக்கொண்டு, அவன் சாப்பாட்டிற்கு வழி இல்லாமல் தவித்திருக்கிறான்.

சின்ன வயதில் தன்னையும் அம்மாவையும் தவிக்கவிட்டு வேறு ஊரில் இன்னொரு பெண்ணுடன் குடும்பம் நடத்தும் அப்பாவைக் கொன்றுவிட வேண்டும் என்ற ஆத்திரம் அந்தச் சின்ன வயதில் அடிக்கடி தோன்றுவதுண்டு. காலையில் அம்மா சமைக்க மாட்டாள். வழி இல்லை. மதியம் பள்ளியில் கொடுக்கும் உணவுதான் பசி ஆற்றும். இரவு இருள் வந்தபின் அம்மா அடுப்பைப் பற்றவைப்பாள். பெரும்பாலும் உப்புமா. வார் அறுந்து தைத்த ஒரு ரப்பர் செருப்பை அம்மா கொடுத்தாள். அதை அணிந்துகொண்டுதான் பள்ளிக்கூடம் செல்வான். புறம்போக்கில் குடிசை வீடு. தண்ணீருக்கு மிகவும் சிரமப்பட வேண்டும்.

செல்வத்தை ஆறாம் வகுப்பில் சேர்த்து விட்டாள். சில மாதங்களில் இறந்துவிட்டாள். அருகிலிருப்பவர்கள் செலவுசெய்து மயானத்தில்

எரித்தார்கள். செல்வம் பள்ளிக்கூடத்தை விட்டு நின்றான். டூவீலர் வொர்க்ஷாப்பில் வேலை பார்த்தான். கடை ஓனர் நல்லவரும் கெட்டவருமாக இருந்தார். ஒரு நாளில் குறைந்தது இரண்டு தடவையாவது அடித்துவிடுவார். அவர் அவனுக்கும் சேர்த்து மதியச் சாப்பாடு கொண்டுவருவார். அனாதை என்பதால் அன்றாடம் சாப்பாடு வேண்டும் என்பதால், இரவு உணவுக்குப் பணம் கொடுப்பார். காலை உணவு எப்போதுமே கிடையாது. இரவு உணவுக்குக் கொடுக்கும் பணத்தை சமயங்களில் சாப்பிடாமல் சேமித்து வைத்து, ஒரு நல்ல ஆடை வாங்கி வைத்திருக்கிறான். கடையில் வாங்கித்தரும் டீயே அவனுக்குப் போதுமானதாக இருந்தது. ஓனரிடம் தலையில் கொட்டு வாங்கித் தலையே மரத்துப்போய்விட்டதாக அவனுக்குத் தோன்றுவதுண்டு. எவ்வளவு காலந்தான் இப்படி டூவீலர் மெக்கானிக் ஓனருக்கு உதவியாக இருப்பது என்ற எண்ணம் ஏற்பட்டது. எப்படியோ கஷ்டப்பட்டு, நண்பர்கள் உதவியுடன் ஓர் இடத்தை வாடகைக்குப் பிடித்து தனியாக மெக்கானிக் ஷாப் போட்டான். அதிலிருந்தபடியே கார் ஓட்டக் கற்றுக்கொண்டான். பிறகு அவனுக்கு இப்படி அழுக்கு உடையுடன் நாள் முழுவதும் இருப்பது அலுப்பைத் ஏற்படுத்தியது. வாடகைக் கார் ஓட்டினான். இப்போது ஒரு டாக்டருக்கு டிரைவராக இருக்கிறான். ஆஸ்பத்திரிக்குச் சென்றுவருவது, சூப்பர் மார்க்கெட் சென்று சாமான்கள் வாங்கிவருவது என்று வேலை அமைந்தது. நீண்ட பிரயாணங்கள் ஏதும் இருக்காது. ஒருமுறை ஏற்காடு சென்றுவந்தார்கள். டாக்டரின் மனைவி செல்வத்தை அலட்சியமாக நடத்துவாள். அவமதிப்பாகப் பேசுவாள். வேலைக்காரனைப்போல் நடத்துவாள். அவனுக்கு அவளை ஸ்குரூ டிரைவரால் குத்த வேண்டும் போல் இருக்கும்.

டாக்டர் நல்லவர். எப்போதும் சிந்தனையிலிருப்பார். தேவையில்லாமல் பேச மாட்டார். அவருடைய மனைவி அவருக்கு நேர் எதிராகத் தொணதொண என்று பேசிக்கொண்டிருப்பாள். இப்போது அவள் சூப்பர் மார்க்கெட்டிற்குள் இருக்கிறாள். வெளியே வர நேரமாகும். ஏகப்பட்ட பொருட்களை வாங்கிவருவாள். டிக்கியில் வைக்க வேண்டிய பொருட்களை டிக்கியிலும், ஸீட்டில் வைக்க வேண்டிய பொருட்களை ஸீட்டிலும் வைக்க வேண்டும். செல்வம் காரிலிருந்து கீழே இறங்கி நின்றான்.

வெளியே இருந்த ஐஸ்கிரீம் பெட்டியருகே ஒரு தாயும் குழந்தையும் நின்றுகொண்டிருந்தார்கள். குழந்தை ஏதோ கேட்க, அதன் தாய் ஐஸ்கிரீம் டப்பா வாங்கிக் கொடுத்தாள். குழந்தை சாப்பிடுகிறேன் என்று வாய் முழுக்கப் பூசிக்கொண்டிருந்தது. அவனுக்கு அந்தக் குழந்தையைப் பார்க்கப் பூரிப்பாக இருந்தது. அந்தக் காலத்தில் ஒரு மிட்டாய்கூட சாப்பிட முடியாது. சரியான

உணவு, உடை இல்லை. அம்மா அழுவதைப் பார்த்துக்கொண்டு பரிதாபமாக உட்கார்ந்திருப்பான்.

டாக்டரின் மனைவி சூப்பர் மார்க்கெட்டின் வாசலில் நின்று அவனைக் கூப்பிட்டாள். கூப்பிட்ட விதமே அவனுக்கு எரிச்சலை ஏற்படுத்தியது. சென்று பொருட்களை எடுத்துவந்து அவள் கூறியபடி அடுக்கினான். அவள் கார் ஸீட்டில் உட்கார்ந்து ஆணையிட்டுக்கொண்டிருந்தாள்.

அவன் பொருட்களை அடுக்கும்போது ஒரு துர்ச்சம்பவம் நடந்தது. ஒரு கண்ணாடிப் பொருளைத் தவறவிட்டுவிட்டான். அது கீழே விழுந்து நொறுங்கியது. டாக்டரின் மனைவி துர்ச்சொல்லினால் அவனைத் திட்டினாள். அவன் கார் டிரைவர் சீட்டின் கீழ் வைத்திருந்த நீண்ட ஸ்குரூ டிரைவரை எடுத்துவந்து, அவளைக் கீழே தள்ளி அவள் தொண்டையில் ஸ்குரூ டிரைவரை வைத்து அழுத்தினான். அவள் இதை எதிர்பாராத அதிர்ச்சியில் கத்தினாள். அப்போது ஒரு கை அவன் கையைப் பிடித்தது.

அவன் திரும்பினான். "நான் ஒரு எழுத்தாளன். நீ அவநம்பிக்கையிலே வாழ்கிறாய். நம்பிக்கையை விதை."

"என் வாழ்க்கையே அவநம்பிக்கையாகத்தானே அமைந்துள்ளது."

"அது அப்படித்தான். நம்பிக்கையை விதைக்க வேண்டும். அந்த ஸ்குரூ டிரைவரை எடு."

அவன் எடுத்தான். அவளிடம் "மன்னித்துக்கொள்ளுங்கள்" என்றான். அவள் திகைத்துப்போயிருந்தாள். அவன் டிரைவர் ஸீட்டில் உட்கார்ந்து காரை ஓட்டினான். டாக்டரின் மனைவி பயந்து உட்கார்ந்திருந்தாள். அந்த எழுத்தாளனைக் காணோம். 'வேலை போய்விடும். வேறு வேலை தேட வேண்டும்' என்று யோசித்துக்கொண்டே செல்வம் காரை ஓட்டினான்.

○

உயிர்மை, ஜூலை 2022

29

முறிந்த காதல்

"நம் இருவரின் காதலும் அறிவுஜீவிக் காதல். இதில் உடல் இச்சைக்கு இடமில்லை என்றுதான் நினைக்கிறேன். இதுவரை நாம் முத்தமிட்டுக்கொண்டதில்லை. கட்டிப்பிடித்துக் கொண்டதில்லை." என்றான் ரவீந்திரன்.

சாந்தி ஒன்றும் பேசவில்லை. 'கல்யாணமே வேண்டாம் என்று நினைக்கிறானா. அல்லது கல்யாணத்துக்கப்புறமும் இப்படி அறிவாகப் பேசிக்கொண்டே இருக்கப்போகிறானா. அல்லது அவனால் உடல் ரீதியாகச் செயல்பட முடியாதா' என்று யோசித்துக்கொண்டிருந்தாள்.

'கல்யாணத்துக்குப் பிறகும் இப்படித்தானா' எனக் கேட்டுவிடலாமா என்று சாந்திக்குத் தோன்றியது. அப்படிக் கேட்டால் அவன் தன்னைப் பற்றி உடல் சுகத்துக்கான ஆசை உள்ளவள் என்று நினைத்துக்கொள்வானோ என்று தோன்றி அமைதியாக இருந்தாள்.

இது சம்பந்தமாகத் தன் தோழியிடம் பேசினாள். "நீங்கள் என்ன பேசிக்கொள்வீர்கள்" என்று தோழி கேட்டாள்.

"நான் பேசுவதில்லை. அவன் பேசுவதை நான் கேட்டுக்கொண்டிருப்பேன்"

"அவன் என்ன பேசுவான்."

"ஜேம்ஸ் பிரின்ஸ், ஜார்ஜ் பிரடரிக் ஜோன்ஸ் கோட்பாடுகளையும் அவர்களின் சிந்தனைகளையும்

சொல்வான். எனக்கு ஒன்றும் புரியாது. சிரித்துக்கொண்டே தலையாட்டிக்கொண்டிருப்பேன்."

"தலையாட்டிக்கொண்டிருப்பதற்கா உன்னைக் காதலிக்கிறான்."

"எப்படியோ காதல் வந்துவிட்டது. எப்படி வந்தது என்று தெரியவில்லை."

"இது காதலா. ஒருவரையொருவர் பாராட்டிக்கொண்டு, ஜோக் சொல்லிக்கொண்டு, ஆண் பெண் ஈர்ப்புக்குத் தொடர்பான விஷயங்களைப் பேசிக்கொண்டு . . . இப்படியெல்லாம் பேசிக்கொள்ள மாட்டீர்களா."

"மாட்டோம். நீ நன்றாகப் பேசுகிறாய் என்று நான் சொல்வேன். நீ நன்றாகக் கேட்டுக்கொண்டிருக்கிறாய் என்று அவன் சொல்லுவான். இப்படி ஒருவரை ஒருவர் புகழ்ந்து கொள்வோம். சிலநேரம் அவன் சொன்ன கருத்து சரியானதுதான் என்று உரையாடுவேன். அது அவனுக்குப் பிடிக்கும். சில நேரங்களில் அவன் பார்த்த உலக சினிமாவைப் பற்றிக் கூறுவான். நான் படம் பார்க்கவில்லை என்றாலும் அவன் கூறியதை வைத்து அவன்கூட உரையாடுவேன்."

"இதுக்குப் பேரு காதலா. குப்பையிலே கொண்டுபோயி போடு. நீ அடுத்த தடவை சந்திக்கும்போது அவன் கைகளை உன் கைகளோடு கோர்த்துக்கொள். அவன் கன்னத்தில் முத்தம் கொடு. அவன் அதைப் புறக்கணித்தாலோ அல்லது ஜடம் மாதிரி இருந்தாலோ உன் காதலை முறித்துக்கொள். முட்டாள் பெண்ணாக இருக்காதே."

"சரி அப்படியே செய்துபார்க்கிறேன்" என்றாள் சாந்தி.

அடுத்த தடவை சந்திக்கும்போது அவன் ஜேம்ஸ் பிரின்ஸ், ஜார்ஜ் பிரடரிக் ஜோன்ஸ் தியரிகளைப் பற்றிப் பேசிக்கொண்டிருக்கும்போது அவன் கைகளை எடுத்து, அவன் விரல்களோடு தன் விரல்களைப் பிணைத்து இறுக்கினாள். பேசிக்கொண்டிருந்த தியரிகள் சரியாக வராமல் அவன் வாய் குழறியது. அவள் அவனைக் கட்டியணைத்து கன்னத்தில் முத்தமிட்டாள். அவன் அவளை இறுக்கிக்கொண்டு உதட்டில் முத்தமிட்டான். அவன் கைவிரல்கள் அவள் உடலைத் தடவின. சற்றுநேரத்தில் இருவரும் விடுவித்துக்கொண்டார்கள்.

ஜார்ஜ் பிரடரிக் ஜோன்ஸ் ஆண் பெண் ஈர்ப்பு உளவியல் பற்றிக் கூறியதை ரவீந்திரன் பேச ஆரம்பித்தான். இருவர் உடலும் தழுவிக்கொண்டதில் சாந்தியின் முகம் சிவந்திருந்தது.

அடுத்த தடவை தன் தோழியைச் சந்திக்கும்போது நடந்ததை சாந்தி சொன்னாள்.

"அவனைக் கவர்ந்த அந்த இரு சிந்தனையாளர்களும் எந்த நாட்டைச் சேர்ந்தவர்கள்" என்று தோழி கேட்டாள்.

"ஜார்ஜ் பிரடரிக் ஜோன்ஸ் இத்தாலி நாட்டைச் சேர்ந்தவர். ஜேம்ஸ் பிரின்ஸ் சிலி நாட்டைச் சேர்ந்தவர்."

"அவனை இரண்டு நாட்டிற்கும் சென்று அங்கு குடியிருக்கச் சொல். அவன் உனக்குச் சரியாக வர மாட்டான். என்ன செய்வாயோ. இந்தக் காதலை முறித்துவிடு."

சாந்திக்கும் அவள் சொல்வதுதான் சரி என்று தோன்றியது. பல்வேறு உத்திகளைப் பயன்படுத்தி இருவருக்கும் இடையிலான காதலை முறித்துவிட்டாள். இருவரும் போனில்கூடப் பேசிக்கொள்வதில்லை.

ஜார்ஜ் பிரடரிக் ஜோன்ஸ், ஜேம்ஸ் பிரின்ஸ் இருவருடைய கோட்பாடுகளைப் பேசுவதற்காக ஒரு காதலியைத் தேடி ரவீந்திரன் அலைந்துகொண்டிருக்கிறான்.

o

உயிர்மை, ஆகஸ்ட் 2022

30

காதலன் காதலி

ராஜேஷ்குமாரைக் காதலிப்பது வரவர போரடிப்பதாக ராகினிக்குத் தோன்றியது. 'பார்க்கிறோம். பின்னால் அலைகிறான். படபடப்பு ஏற்படுகிறது. காதல் வந்துவிடுகிறது. பின்னால் பழகும்போது மடையன் என்று தெரிகிறது. உடனே விட்டு விலக முடியாது. பெண்களே இப்படித்தான் ஏமாற்றுக்காரிகள் என்று சொல்லிவிடுவார்கள். பிறகு ஏதேதோ காரணங்கள் சொல்லி அவனிடமிருந்து விலக வேண்டியிருக்கிறது. ஆனால் அவன் விலக மாட்டான். ஏமாற்றிவிட்டாய் என்று கத்தியால் குத்துவான். ஆசிட்டை முகத்தில் ஊற்றுவான். சிலர் தாடி வளர்த்துக்கொண்டு மது குடித்துத் துக்கத்தை இன்பம்போல் அனுபவிப்பார்கள்.

ஆனால் வீட்டிற்கு இந்தக் காதல் விஷயம் தெரியாது. வீட்டில் விருப்பப்படவில்லை என்று அவனிடம் சொல்லியாயிற்று. செல்போனை எந்நேரமும் அணைத்துவைக்க முடியுமா. போனை எடுத்தால் கொஞ்சிப் பேசுகிறான் அல்லது அதட்ட லாகப் பேசுகிறான். பெரிய சிக்கலாக இருக்கிறது. இந்த மடையனோடு திருமணமாகி வாழ்க்கை நடத்துவதற்குத் தற்கொலை செய்துகொள்ளலாம்.

ராஜேஷ்குமாரை நேரில் சந்திக்காமல் தவிர்த்துக்கொண்டே இருக்கிறாள். அவன் போன் பண்ணிக்கொண்டே இருக்கிறான். ராகினி எடுப்பதில்லை. வேறு எண்ணிலிருந்து அழைக்கிறான். புது எண் என்பதால் பெரும்பாலும் எடுப்பதில்லை.

சில நேரங்களில் எடுப்பாள். அவன் குரல் என்றால் போனைத் துண்டித்துவிடுவாள்.

அவனுக்கும் ராகினி தன்னை விட்டு விலகிவிட்டாள் என்று தெரிந்துவிட்டது. 'நான் மனதாரக் காதலித்தேன். எனக்குள்ளே அவள் எந்நேரமும் இருந்துகொண்டேயிருக்கிறாள். எதனால் இப்படி விலகுகிறாள். வேறு வசதியான, அழகான பையன் கிடைத்துவிட்டானா. அல்லது இரு வீட்டார் சம்மதத்துடன் இந்தக் காதல் நிறைவேறாது என்று நினைத்துவிட்டாளா' என்று நினைத்து நண்பனிடம் யோசனை கேட்டான். அவன் "பெண்களே இப்படித்தான். நம்பவைத்து ஏமாற்றிவிடுவார்கள். நாம்தான் பைத்தியமாய் அலைய வேண்டும்" என்று சொல்லிவிட்டான்.

ராகினிக்கு அவனை எப்படியாவது முழுவதுமாகத் துண்டித்துவிட வேண்டும். 'எனக்கு போன் பண்ணவே கூடாது. அதற்கு என்ன செய்வது' என்று பல நாட்களாக யோசித்துக் கொண்டேயிருந்தாள். ஒன்றும் புலப்படவில்லை. அவனை நேரில் சந்தித்து, 'நாம் பழகியவரையில் இருவரும் சேர்ந்து வாழ்வது துயரமாகத்தான் இருக்கும் என்று எனக்குத் தோன்றுகிறது. நம் இருவருக்கும் பொருத்தமில்லை. இதை நான் தாமதமாக அறிந்து உன்னிடம் சொல்வது என் தவறுதான். என்ன செய்வது கொஞ்ச நாட்களிலேயே ஒருவரைக் கணித்துவிட முடியவில்லை. இப்போது எனக்குத் தெரிந்துவிட்டது. எனக்கு நீ பொருத்தமில்லை. நாம் கௌரவமாக விலகிக்கொள்வோம். எனக்குத் தொந்தரவு தராமல் இருப்பதாக எனக்கு வாக்குத் தர வேண்டும்.' – இப்படிப் பேசிவிடலாமா என்று நினைத்தாள்.

இதைக் கேட்டுப் புரிந்துகொள்ளும் அறிவாளியாக அவன் இல்லை என்பதை அவள் அறிவாள். மேலும் இப்படிச் சொல்லும்போது அவன் கத்தியால் குத்திவிடுவானோ என்றும் தோன்றியது. போனிலேயே நினைத்ததைப் பேசிவிடுவோம் என்று ராகினிக்குத் தோன்றியது.

ஒருநாள் வீட்டில் அறையில் கதவை அடைத்துக்கொண்டு என்ன பேசுவது என்று யோசித்து அவனை போனில் அழைத்து, 'என்னை மறந்துவிடு. எனக்கு நீ பொருத்திவர மாட்டாய். என்னை மன்னித்துக்கொள். என் வழியில் வராதே' என்று சொல்லிவிடலாம் என்று நினைத்துக்கொண்டாள்.

'அவன், நான் ஏன் பொருந்திவர மாட்டேன் என்பதற்குக் காரணம் சொல் என்று கேட்பான். அப்போது நான் என்ன சொல்வது. நீ ஒரு மடையன். அதனால் எனக்குப் பொருந்தி வர மாட்டாய் என்று சொல்வதா.' ஒரே குழப்பமாக இருந்தது.

பலவிதமாக யோசித்து, பின் ராஜேஷ்குமாருக்குப் போன் பண்ணினாள். மறுமுனையில் அவன் எடுத்ததை அறிந்தாள். பிறகு அவன் ராகினியின் பெயரைச் சொல்லி அழுவதைக் கேட்டாள். அழுகை குறைந்ததும் போனை வைத்துவிட்டாள்.

பிறகு மீண்டும் போன் பண்ணினாள். ராஜேஷ்குமார் எடுத்தான். "ராகினி" என்றான். "ராஜேஷ் நான் சொல்வதைக் கேள். நம் காதல் விவகாரம் என் அப்பாவிற்குத் தெரிந்துவிட்டது. என்னை விளக்குமாற்றால் அடித்துவிட்டார். அவருடைய நண்பர் ஒருவர் டி.எஸ்.பி.யாக இருக்கிறார். அவரிடம் இந்த விஷயத்தைச் சொல்லி உன்னை என்னிடமிருந்து விலகவைப்பதற்கு ஏற்பாடு செய்யும்படி கூறியிருக்கிறார். அந்த டி.எஸ்.பி. உன்னைக் கஞ்சா கேஸில் வெளியே வர முடியாமல் ஜெயிலில் போட்டு மிரட்டி என்னை மறந்துவிடச் செய்வதாகக் கூறிக்கொண்டிருக்கிறார். என்னை அவருக்குக் கீழ் வேலை பார்க்கும் இன்ஸ்பெக்டரின் மகனுக்குத் திருமணம் செய்துவைப்பதாகவும் கூறியிருக்கிறார். இதுதான் நிலைமை. பெரிய சிக்கலில் நீ மாட்டிக்கொள்வாய். என்னாலும் அடி வாங்கி அப்பாவின் புறக்கணிப்பில் இருக்க முடியாது. மனதைக் கல்லாக்கிக்கொண்டு முடிவுசெய்வோம். நான் உன்னை மறந்துவிடுகிறேன். நீ என்னை மறந்துவிடு. அதுதான் நம் இருவருக்கும் நல்லது" என்று சோகமான கம்மிய குரலில் கூறினாள்.

ராஜேஷிடமிருந்து பதில் இல்லை. சிறிது நேரத்தில் பேசினான். "என்னால் ஜெயிலுக்குப் போக முடியாது. நான் உன்னை மறந்துவிடுகிறேன். நீயும் என்னை மறந்துவிடு. பெரிய சிக்கல்களை என் குடும்பம் தாங்காது. குட் பை" என்றான். ராகினியும் "குட் பை" என்றாள்.

அறைக் கதவைத் திறந்து வெளியே வந்தாள். சிரித்த முகத்துடன் ஆடிக்கொண்டே வந்தாள். "அம்மா நான் இன்று சந்தோஷமாக இருக்கிறேன். ஏதாவது இனிப்பு செய்" என்றாள்.

○

உயிர்மை, ஆகஸ்ட் 2022

31

காதல் சைக்கோ

“நம் காதல் தெய்வீகமானது” என்றாள் அவள்.

அவனும், “ஆமாம். நம் காதல் தெய்வீகமானது” என்றான்.

“என் சிந்தையெங்கும் எப்போதும் நீயே நிறைந்திருக்கிறாய்” என்றாள்.

“ஆமாம். எனக்கும் அப்படித்தான்” என்றான்.

“நாம் திருமணம் செய்துகொள்ளாமல் காதலித்துக்கொண்டே இருப்போமா. திருமண மானால் காதல் போய்விடும். பல அக்கப்போர்கள் வந்துவிடும் என்கிறார்கள்” என்கிறாள்.

மேலும், “ஒன்று செய்வோம். நாம் திருமணம் செய்துகொண்டு உறவில் ஈடுபடாமல் காதலித்துக் கொண்டிருப்போம். குழந்தைப் பிரச்சினையும் வராது அல்லவா” என்கிறாள்.

“சரிதான். முயற்சி பண்ணலாம். தப்பித்தவறி கணவன் மனைவியாக உறவு ஏற்பட்டுவிட்டால் என்ன செய்வது” என்றான்.

“பார்த்தாயா. உனக்கு அந்த மாதிரி நினைப்பு இருக்கிறது. நம் காதல் தெய்வீகமானது என்பதை நினைவில் கொள்” என்றாள்.

“தெய்வீகம் என்பதற்காக எவ்வளவு தியாகங் களைச் செய்ய வேண்டியிருக்கிறது” என்றான்.

"இதுக்குப் பேரு தியாகமா. தெய்வீகக் காதலின் இயற்கை இது" என்றாள்.

அவர்கள் சற்று நடந்தார்கள். குளம். குளத்தை ஒட்டி ஒரு கற்கோயில். அதன் படிக்கட்டுகளில் மரங்களில் நிழல்கள். சிலர் உட்கார்ந்திருந்தார்கள். ஒருவன் நின்று பேசிக்கொண்டிருந்தான். "சங்ககாலத்தில் நம் முன்னோர்கள் காதலைக் கலையாக்கி மகிழ்ந்தார்கள்" என்று சங்கப்பாடலைச் சொல்லி விளக்கிக் கொண்டிருந்தான்.

"என்ன இது. சங்கப்பாடலில் பெண்ணின் உறுப்பு பற்றி எல்லாம் வருகிறது, அசிங்கமாக இருக்கிறது" என்று சொல்லிக்கொண்டே அவள் அந்த இடத்தை விட்டு அகன்றாள். அவனும் உடன் சென்றான்.

குளக்கரையில் இருவரும் உட்கார்ந்தார்கள்.

"நான் சொன்னால் இந்தக் குளத்தில் குதிப்பீர்களா."

"குதிக்கலாம். குளம் ஆழமாக இருக்கும்போலத் தோன்று கிறதே. எனக்கு நீச்சல் தெரியாது. இறந்துவிடுவேன்."

"எனக்காக இறக்க மாட்டாயா."

அவன் பதில் கூறவில்லை.

அவள் மௌனமாக இருந்தாள்.

அவன் கேட்டான். "நான் சாக வேண்டும் என்று விரும்புகிறாயா."

"இல்லை. எனக்காக எதையும் செய்யக்கூடியவனா என்று பார்த்தேன்."

"செய்யக்கூடியவன்தான். உயிரைக் கொடுக்கக் கூடியவன்தான். ஆனால் இது தற்கொலை அல்லவா."

"நான் குளத்தில் விழுந்தால் என்னைக் காப்பாற்றுவாயா."

"நீச்சல் தெரியாத நான் குளத்தில் இறங்கி உன்னைக் காப்பாற்ற முடியுமா. கூச்சல் போட்டுப் பிறரைக் கூப்பிடுவேன்."

"நீ காதலைப் பற்றி என்ன நினைக்கிறாய்" என்றாள்.

"காதல் என்பது இருவர் மனமும் ஒன்றாகக் கலப்பது. ஈருடல் ஓருயிராவது" என்றான். அவள் ஆமோதித்தாள்.

"காதல் காதல் காதல். காதல் போயின் சாதல் சாதல் சாதல்" என்றான்.

அவள் அவன் கையைப் பற்றிக்கொண்டாள். பிறகு கையை விடுவித்துக்கொண்டு குளத்தினுள் குதித்தாள். சற்றுத் தயங்கி அவனும் குளத்தில் குதித்தான்.

அவள் நீச்சலடித்துக் கரைக்கு வந்தாள். கரையில் ஏறி நீர் சொட்டச்சொட்ட நின்றாள். அவன் குளத்தில் தத்தளித்துக் கொண்டிருப்பதைப் பார்த்தாள். "இது தெய்வீகக் காதல்தான்" என்று முனகிக்கொண்டாள்.

O

ஜூலை 2022

32

காத்திருந்த திருமணம்

பவித்ராவின் மகள் விளம்பரத் துறையில் இருக்கிறாள். மகன் தனியார் துறையில் இருக்கிறான். பவித்ரா இருவரையும் அழைத்தாள். அவரவர் அறைகளில் இருந்தார்கள்.

"உங்கள் அப்பா இறந்துவிட்டாராம். இப்போதுதான் செய்தி கிடைத்தது. கன்பர்ம் ஆன செய்தி. அதைக்கொண்டாட இன்று ஹோட்டலுக்குப் போவோமா" என்றாள்.

இருவரும் "ஓ" என்று கத்தி ஆரவாரம் செய்தார்கள்.

"ஆனந்திற்கு சொல்லிட்டியா அம்மா" என்று மகள் கேட்டாள்.

"இனிமேதான் சொல்லணும். கோவர்த்தனுக்கே இப்பத்தான் சொல்லப்போறேன். நீங்க வேலைக்குப் போங்க. சாயந்தரம் சீக்கிரமா வந்துருங்க. கோவர்த்தனம் நாளைக்குத்தான் வர முடியும்" என்றாள். கோவர்த்தனத்திற்கும் பவித்ராவிற்கும் பிறந்தவன் ஆனந்த்.

ஆனந்த், கோவர்த்தனம் இருவரும் பெங்களூரில் இருக்கிறார்கள். ஆனந்த் ஹாஸ்டலில் தங்கிப் பள்ளியில் படித்துக்கொண்டிருக்கிறான். கோவர்த்தனம் தொழிலதிபர். பெங்களூரில் தொழிற்சாலை வைத்திருக்கிறார்.

தாரிணியின் சொற்கள்

கோவர்த்தனத்திடம் பவித்ரா பேசினாள். "உனக்குப் பெரிய நிம்மதி. நான் சீக்கிரம் வர்றேன். ஆனந்தையும் கூட்டி வந்திர்றேன். ஆனந்துகிட்டே பேசிட்டியா" என்றார் அவர்.

"உங்கள்ட்டேதான் முதல்லே சொல்றேன். அவனோட பேசிடறேன். நீங்க என்னைக்கு, எப்ப வர்றீங்க."

"இங்க வேலை இருக்கு. சீக்கிரம் வந்துடறேன். ரத்னா, குமாரோடு இன்னைக்கு நீ ஹோட்டலுக்குப் போயி சாப்பிடு."

"சரிங்க. அப்படித்தான் ஏற்பாடு பண்ணியிருக்கு. ஆனந்துகிட்டே சொல்றேன். நீங்களும் சொல்லுங்க."

பவித்ரா பதற்றத்தைக் குறைக்கும் விதமாக சோபாவில் சாய்ந்து உட்கார்ந்தாள். சாய்ந்து உட்கார்ந்து கண்களை மூடிக்கொண்டாள்.

பிறகு எழுந்து அறைக்குச் சென்று பீரோவைத் திறந்தாள். கீழ்த்தட்டில் இருந்த ஆல்பங்களில் ஒன்றை எடுத்துப் பார்த்தாள். அவளுடைய திருமண ஆல்பம், இறந்துபோன சங்கரனுடன் நடந்த திருமணம். சங்கரன் ஒரு மிருகம் என்றுதான் அவள் நினைவில் இருக்கிறான். குடிக்காத நாளில்லை. அவளை அடிக்காத நாளில்லை. இரண்டு பிள்ளைகள் பெற்றாயிற்று. அவளின் அழகும் வடிவமும் குலையவில்லை. அவனுக்குத் தொழிலில் நஷ்டம். கடன்காரர்கள் வீட்டுக்கு வந்து சத்தம் போட்டார்கள். ஒருநாள் காணாமல் போய்விட்டான்.

பிறகு கோவர்த்தனத்தின் கம்பெனியில் வேலை பார்த்தாள். திடீரென்று சங்கரன் வந்து மிரட்டி பவித்ராவிடம் பணம் பிடுங்கிச் செல்வான். குழந்தைகளைக் கடத்திக்கொண்டு போய் டார்ச்சர் பண்ணுவான். குழந்தைகள் அவனைப் பார்த்தாலே பயந்து ஓடுவார்கள். கோவர்த்தனம் அவள் நிலையைப் பார்த்துப் பரிதாபப்பட்டார். விவாகரத்துக்கு ஏற்பாடு செய்யலாம் என்றார். விவாகரத்து வழக்குப் போட்டுப் பல வருடங்களாக கீழ் கோர்ட், மேல் கோர்ட், அதற்கு மேல் உள்ள கோர்ட் என்று இன்னும் இழுத்துக்கொண்டிருக்கிறது. கோவர்த்தனம் மனைவியை இழந்தவர். பவித்ராவைத் திருமணம் செய்துகொள்ளத் தயாராக இருந்தார். வழக்கு நடந்துகொண்டிருந்தது. விவாகரத்து வழக்குப் போடுவதற்கு முன்பே இருவருக்கும் ஆனந்த் பிறந்துவிட்டான்.

சங்கரன் இறந்துவிட்டதால் இனி இருவரும் திருமணம் செய்துகொள்ள சட்டப்படி தடையில்லை. பவித்ரா சட்டப்படி கோவர்த்தனத்தின் மனைவியாகிவிடலாம்.

அன்று பவித்ராவும் மகள் ரத்னா, மகன் குமார் ஆகியோரும் ஹோட்டலுக்குச் சென்று நல்ல உணவு உண்டு மகிழ்ந்தார்கள். கோவர்த்தனம் இருதரப்பு வக்கீல்களுடன் பேசினார். கேஸை முடித்துவிடலாம் என்றார்கள். சங்கரன் தரப்பு வக்கீலுக்கு கோவர்த்தனம் பணம் கொடுத்தார். விரைவில் வழக்கு முடிந்தது.

பிறகு கோவர்த்தனமும் பவித்ராவும் பதிவுத் திருமணம் செய்துகொண்டார்கள். ரத்னா, குமார், ஆனந்த் மற்றும் நெருங்கிய நண்பர்கள் இருந்தார்கள். திருமணம் முடிந்து அவர்கள் குடும்பத்துடன் நல்வாழ்வு வாழ்கிறார்கள்.

○

ஜூலை 2022

33

நர்மதாவின் சிரிப்பு

இப்படி ஒரு அதிர்ஷ்டமோ துரதிர்ஷ்டமோ ஏற்படும் என்று சம்பத் கற்பனைகூடப் பண்ணியதில்லை. அவர் ஒரு முகவரியைத் தேடித்தான் அந்த சத்யா நகருக்கு வந்தார். அவர் கூடப் பணிபுரிந்த தனசேகரன் உடல்நலமில்லாமல் இருக்கிறார் என்பதை அறிந்து அவரைப் பார்க்க வேறு ஒரு நண்பரிடம் முகவரியைப் பெற்றுக்கொண்டு வந்திருந்தார். வீட்டில் வாசலில் நின்றுகொண்டிருந்த ஒருவரிடம் அந்த முகவரியைப் பற்றி விசாரித்தார். அவர் சம்பத்தை உற்றுப் பார்த்தார். "நீங்கள் விருதுநகரைச் சேர்ந்த சம்பத் சார்தானே" என்றார். "ஆமாம். அதுதான் நான் பிறந்த ஊர். மதுரைக்கு வந்து பல ஆண்டுகள் ஆகிவிட்டன" என்றார். சம்பத்தால் அவரை அடையாளம் காணமுடியவில்லை.

"என்னைத் தெரியவில்லையா. நான் ஆனந்த குமார். டாக்டர் சுந்தரத்தின் மகன். மேல வெளிவீதியில் எங்கள் வீடு இருந்தது. என் அப்பாவும் உங்கள் அப்பாவும் ஒரே ஊர்க்காரர்கள். நீங்கள் எங்கள் வீட்டுக்கு வந்திருக்கிறீர்கள். என் அப்பா இறந்ததற்கும் நீங்கள் வந்திருந்தீர்கள்" என்றார் அவர்.

மூளையில் சட்டென்று தோன்றியது. இவர் நர்மதாவின் தம்பியல்லவா. உடனே அவருக்குப் படபடப்பு ஏற்பட்டது.

"உள்ளே வாங்க. அம்மா இறந்துபோயிட்டாங்க. அக்கா ஊர்லேயிருந்து வந்திருக்காங்க" என்றார் ஆனந்த குமார்.

சுரேஷ்குமார இந்திரஜித்

சம்பத் காரை லாக் செய்துவிட்டு படியேறப் போகும் போது நினைத்தார். 'ஆனந்த குமாருக்கு இரண்டு அக்கா. ஒருத்தி நர்மதா. இன்னொருத்தி ரேவதி. எந்த அக்கா வந்திருக்கிறாள் என்று தெரியவில்லை.' நர்மதா, நர்மதா என்று மனம் புரண்டது.

படியேறினார். உள்ளே நுழைந்தார். உட்கார்ந்திருப்பது நர்மதாதான். அவருக்குத் தடுமாற்றம் ஏற்படுவதுபோல் இருந்தது. ஆனந்த குமார் ஒருவருடன் வருவதைப் பார்த்த அக்கா எழுந்து நின்றாள்.

"இவரைத் தெரிகிறதா. இவர் சம்பத். இவரோட அப்பாவும் நம்ம அப்பாவும் ஒரே ஊர்க்காரங்க. கமர்ஷியல் டாக்ஸ் துறை யிலே வேலை பாத்தவர். ஞாபகம் வருதா" என்றார் ஆனந்த குமார்.

சம்பத்தைப் பார்த்து நர்மதா வணங்கினாள். சம்பத் நாற்காலியில் உட்கார்ந்தார். "இது நர்மதா. மூத்த அக்கா" என்றார் ஆனந்த குமார்.

"தெரியுது. நல்லா இருக்கீங்களா. வீட்டுக்காரர் நல்லா இருக்காரா. ஒரு பெண்ணுக்கு கல்யாணம் ஆனது தெரியும். புள்ளைக எங்கே இருக்காங்க."

"மூத்த மகளை தம்பிக்குத்தான் கட்டிக்கொடுத்தேன். கடைக்குப்போயிருக்கா. இன்னொரு பொண்ணை திருநவேலியிலே கட்டிக்கொடுத்தது. அங்கேதான் இருக்கா. வீட்டுக்காரரு போன வருஷம் தவறிப்போயிட்டாரு. எனக்கு ரெண்டும் பெண் குழந்தைகள்ங்கிறதுனாலே இங்கேயும் அங்கேயுமா இருக்கேன்."

"நீங்க நல்லா இருக்கீங்களா. பெண்டாட்டி புள்ளைக நல்லா இருக்காங்களா."

சம்பத் தன் குடும்பத்தைப் பற்றிச் சொல்லிக்கொண்டே அவளை நன்கு கவனித்தார். அவள் முகம் பார்த்துப் பேசினார். தலையின் இருபுறமும் நரை ஏற்பட்டிருந்தது. முகத்தில் வயதானது தெரிந்தது. நர்மதா நல்ல உயரம். அதற்கு ஏற்ப உடல்வாகு. அளந்து அமைந்தாற்போன்ற வடிவம். அந்தப் பழைய நர்மதா தற்போது வயதாகி உட்கார்ந்திருந்தாள்.

'இன்று நல்ல உடைகள் உடுத்தியிருக்கிறோமோ. தலை முடி கலைந்திருக்கிறதோ. முகத்தில் எண்ணெய் வழிகிறதோ. திடீரென்று நர்மதாவைப் பார்க்க நேர்ந்துவிட்டது' என்றெல்லாம் அவர் மனத்தில் எண்ணங்கள் தோன்றின. பழைய காட்சிகள் அவர் மனத்தில் தோன்றின. 'நர்மதா என் நர்மதா. சிரிக்கும்போது கன்னத்தில் குழி விழும் நர்மதா.' சம்பத் தன்னை ஆராய்வதைப்போல் பார்ப்பதை உணர்ந்த நர்மதா

தலையைக் குனிந்துகொண்டாள். பிறகு தலையை நிமிர்த்தி, "காபி சாப்பிடறீங்களா" என்று கேட்டாள். சம்பத் தலையை அசைத்தார். அவள் நாற்காலியிலிருந்து எழுந்தாள். இப்போது சற்று பூசினாற்போல இருந்தாள். வயதாகியிருப்பது தெரிந்தது.

'பார்த்தேயிருக்க வேண்டாமோ. ஏற்கெனவே மனதில் இருந்த தோற்றம் மாறுகிறதே' என்ற நினைப்பு அவருள் ஓடியது. அவள் அடுக்களைக்குள் சென்று காபி தயாரித்தாள். அவள் மனதில் பழைய சம்பத்தின் இளைய தோற்றம், காட்சிகள் தோன்றின. 'சம்பத்திற்கு தொப்பை விழுந்திருக்கிறது. லேசாக நரைத்திருக்கிறது. முகத்தில் பழைய சம்பத் தெரிகிறது' என்று அவளுக்கு நினைப்பு ஓடியது.

அவள் வந்து ஸ்டூலை இழுத்து அதன்மேல் காபி உள்ள டவரா டம்ளரை வைத்தாள்.

"நீங்க அப்பிடியேதான் இருக்கிங்க. வயதானது தெரிகிறது. அவ்வளவுதான்" என்றான் சம்பத்.

"நீங்களும் அப்படித்தான் எனக்குத் தெரிகிறது" என்றாள் நர்மதா.

ஆனந்த குமார் அமைதியாக உட்கார்ந்திருந்தார்.

"அந்தக் காலம் அந்தக் காலம்தான். இந்தக் காலம் இந்தக் காலம்தான்" என்று சொல்லி நர்மதா சிரித்தாள். அவள் கன்னத்தில் குழி விழுவதை சம்பத் பார்த்தார்.

ஆனந்த குமார் முகவரி எழுதியிருந்த சீட்டை வாங்கி அந்த இடம் இருக்குமிடத்தை விவரித்தார். விடைபெறும் நேரம் வந்துவிட்டது என்பதை சம்பத் உணர்ந்தார். நர்மதாவைப் பார்த்து, "காபி நல்லா இருந்தது" என்றார். அவள் புன்னகைத்த முகத்துடன் இருந்தாள்.

சம்பத் எழுந்தார். ஆனந்த குமாரும் நர்மதாவும் வாசல்வரை வந்தார்கள். காரை ஆன் செய்து கதவைத் திறந்து ஏறினார். நர்மதாவின் சிரிப்பை நினைத்துக்கொண்டார். சற்று தூரம் சென்றதும் காரை மெதுவாக ஓடும்படி செய்து பின்னால் பார்த்தார். நர்மதா கேட்டைப் பிடித்துக்கொண்டு கார் சென்ற திசையைப் பார்த்துக்கொண்டிருப்பதைக் கண்டார்.

o

ஜூலை 2022

சுரேஷ்குமார இந்திரஜித்

34

மாற்றங்கள்

"அப்பா, மணியனின் போக்கு எனக்குப் பிடிக்கவேயில்லை. ஒழுங்காகப் படிக்க மாட்டேங் கிறான். காலேஜுக்கும் ஒழுங்காப் போவதில்லை. சிகரெட் பழக்கம் இருக்கிறது. எப்பவாவது குடிக்கி றான் என்று நினைக்கிறேன். என்ன செய்யறதுன்னே எனக்குத் தெரியவில்லை. எப்படியெல்லாம் கற்பனை பண்ணி வைத்திருந்தேன். குடும்ப வாழ்க்கைதான் எனக்கு அமையவில்லை. இவனை நம்பித்தான் இருந்தேன். சின்னப் பையனா இருந்தவரைக்கும் சந்தோஷமா இருந்தேன். பெரிய வனானதும் சொல்பேச்சு கேக்க மாட்டேங்கிறான். சேர்க்கை சரியில்லை. என் நிம்மதி போச்சு. ஏதாவது வம்பை இழுத்துட்டு வந்துருவானோன்னு பயந்துகிட்டே இருக்க வேண்டியிருக்கு" என்று தந்தையிடம் புலம்பிக்கொண்டிருந்தாள் ராதிகா.

மூர்த்திக்கு வருத்தமாக இருந்தது. அவர் கோயம்புத்தூரில் இருக்கிறார். ராதிகா மத்திய அரசுத் துறையில் வேலை பார்க்கிறாள். சென்னையில் வசிக்கிறாள். அவள் வரச்சொல்லித்தான் மூர்த்தி வந்திருக்கிறார். ராதிகாவிற்குத் திருமணம் நடந்த இரண்டாவது ஆண்டில் மணியன் பிறந்தான். அடுத்த ஆண்டு கணவர் விபத்தில் இறந்துவிட்டார். மணியன்தான் வாழ்வின் பற்றுக்கோடாக இருந்தான். அவனைச் சார்ந்து பல கற்பனைகளை உருவாக்கி வைத்திருந்தாள். அவனது நடவடிக்கையால் தான் மன அழுத்தத்திற்கு உள்ளாகியிருப்பதாக அவள் நினைத்தாள். கோபம் வருகிறது. படபடப்பு வருகிறது. சர்க்கரை நோய் வேறு இருக்கிறது.

“பையன்ங்க இப்படித்தான் காலேஜுக்கு போற வயசுலே இருப்பாங்க. இப்படியேதான் எப்பவும் இருப்பாங்கன்னு நெனைக்காதே. மாறிடுவாங்க. இப்ப நல்ல நிலைமையிலே இருக்கறவங்க பல பேரு ஒரு வயசுலே இப்படித்தான் இருந்திருப்பாங்க” என்றார் மூர்த்தி.

ராதிகாவிற்கு சமாதானமாகவில்லை. “ராத்திரி லேட்டா வாரான். சிலநாள் சிநேகிதன் ரூமுலே தங்கியிருக்கான். காலையிலே வர்றேங்கிறான். என்ன செய்யறான்னு யாருக்கும் தெரியாது” என்றாள்.

வாசலில் பைக் நிற்கும் சத்தம் கேட்டது. ஜன்னல் வழியாக ராதிகா பார்த்தாள். கூட ஒரு பெண் இருந்தாள். பைக்கில் பின்னால் உட்கார்ந்து வந்திருக்கிறாள் என்று ராதிகா நினைத்துக் கொண்டாள். கதவைத் திறந்தாள்.

மணியனும் அந்தப் பெண்ணும் உள்ளே நுழைந்தார்கள். மூர்த்தியைப் பார்த்ததும், “தாத்தா, வந்து ரொம்ப நேரமாச்சா. இவ என் கூடப் படிக்கறா. பேரு ஸ்வாதி” என்றான். ஸ்வாதி அங்கிருந்த சோபாவில் உட்கார்ந்தாள். ராதிகா இப்போதுதான் இந்தப் பெண்ணைப் பார்க்கிறாள்.

மணியனைப் பார்த்து, “கிளாஸ் மேட்டா” என்று ராதிகா கேட்டாள்.

“ஒரே கிளாஸ் இல்லை. வேற கிளாஸ். ஸ்வாதி, இவுங்க என் அம்மா. அவுங்கட்டே பேசு”

“ஹாய் ஆண்ட்டி. நான் சைக்காலஜி படிக்கிறேன். அவன் கம்ப்யூட்டர்லா படிக்கிறான். நாங்க ஒரே காலேஜ். எனக்கு அவன் பிரெண்டு” என்றாள் ஸ்வாதி.

“தாத்தா வந்திருக்காரு. அவருக்கு மீன் பிடிக்கும். இன்னைக்கி மீன் சாப்பாடா” என்றான் மணியன். ராதிகா தலையாட்டினாள்.

“ஸ்வாதி, எங்க அம்மா நல்லா மீன் குழம்பு வைப்பாங்க” என்றான்.

“ஆண்ட்டி, ஒருநாள் சாப்பிட வாரேன்” என்றாள் ஸ்வாதி. கடுப்புடன் தலையாட்டினாள் ராதிகா.

மூர்த்தி அவர்கள் உரையாடுவதை வேடிக்கை பார்த்துக் கொண்டிருந்தார். “படிப்பெல்லாம் எப்படி போகுதுடா” என்றார். “நல்லா போயிக்கிட்டிருக்கு தாத்தா” என்றான்.

“அம்மா, தாத்தா, நான் ஸ்வாதியைக் கொண்டுபோயி ஹாஸ்டல்லே விட்டுட்டு வர்றேன்” என்று எழுந்தான். ராதிகா ஜன்னல் வழியாகப் பார்த்தாள். மணியன் பைக்கை ஸ்டார்ட் செய்தான். ஸ்வாதி பின்னால் உட்கார்ந்து அவன் தோளைப் பிடித்திருந்ததைப் பார்த்தாள்.

திரும்பி மூர்த்தியைப் பார்த்து, “பாத்தீங்களாப்பா, பின்னாலே உட்கார வைச்சு கூட்டிட்டுப் போறான்” என்றாள்.

“பின்னே எப்படி கூட்டிட்டுப் போகமுடியும். நீ எதுக் கெடுத்தாலும் பதட்டப்படாதே. எல்லாம் நல்லபடியா நடக்கும்.”

ராதிகாவின் முகம் சிவந்திருந்தது. “இந்தப் பெண்ணைக் கல்யாணம் பண்ணிக்கணும்னு வந்து நின்னான்னா என்ன செய்யறது. அவ மூஞ்சியே எனக்குப் பிடிக்கலை” என்று சொல்லி அறைக்குள் சென்று படுக்கையில் படுத்தாள். மூர்த்தி அங்கிருந்த தினசரிப் பத்திரிகையை எடுத்து வாசிக்க ஆரம்பித்தார்.

மணியன் படிப்பை முடித்தான். வேலை கிடைத்தது. ஸ்வாதியைத்தான் திருமணம் செய்துகொள்வேன் என்று அடம்பிடித்தான். மூர்த்தியிடம் கேட்டாள். இந்த விஷயத்தில் மகனின் எண்ணத்துக்கு மாறாக எதுவும் செய்யக் கூடாது என அவர் சொல்லிவிட்டார். திருமணம் நடந்தது.

மாமியாரும் மருமகளும் மிகவும் அன்யோன்யமாகவும் பாசத்துடனும் இருக்கிறார்கள்.

○

ஜூலை 2022

35

ஆசைமுகம்

அவள் வீணை வாசித்துக்கொண்டிருந்தாள். வீணை வாசிக்கும்போது ஆனந்தமாகவும் பரவசமாகவும் முகம் இருந்தது. கலவியின்போது அடையும் பரவச முகம் என்று தோன்றியது. அவனுக்கு சங்கீதம் பற்றித் தெரியாது. அவள் ஏதோ வாசிக்கிறாள். என்ன கீர்த்தனை, என்ன ராகம் என்றெல்லாம் அவனுக்குத் தெரியாது. அவளுக்கு வயது இருபதைச் சுற்றி இருக்கும் என்று தோன்றியது. பரவச முகத்தோடு அவனையும் அவள் பார்த்தாள்.

'என்ன இது, இந்தச் சூழ்நிலையில் என்னை இழுத்துவிட்டுப் போய்விட்டானே' என்று அந்த நடிகனை நினைத்துக்கொண்டான். அந்த நடிகன் நடிகனாக வருவதற்கு முன் அவன் எவ்வளவோ உதவிகள் செய்திருக்கிறான். அவனை உபசரிப்பதற்காக நடிகன் அவனைத் திருவனந்தபுரத்திலிருந்து வரச் சொல்லியிருந்தான். அங்குதான் அவன் வேலைபார்க்கிறான். அந்த அறையில் அவனைத் தவிர ஒரு கிழவி இருந்தாள். வெற்றிலைபோட்டு உதடுகள் வெற்றிலைச் சாற்றில் ஊறியிருந்தன. வீணை வாசிப்பவளுக்கும் இந்தக் கிழவிக்கும் என்ன உறவு என்று தெரியவில்லை.

வாசிக்க வாசிக்க அவள் கிறங்கிக் கரைந்து போவாள் போலத் தோன்றியது. அந்த நடிகன் அவனை அவளிடம் அறிமுகப்படுத்த வீட்டிற்குள் நுழைந்தபோது அவள் வீணை வாசித்துக் கொண்டிருந்தாள். இவர்களைப் பார்த்ததும் அவள் வீணை வாசிப்பதை நிறுத்திவிட்டு எழுந்து நின்றாள்.

சுரேஷ்குமார இந்திரஜித்

நடிகன் அவளை அறைக்குள் கூட்டிச்சென்று பேசினான். பிறகு அவனைப் பார்த்துக் கண்ணடித்துவிட்டுச் சென்றுவிட்டான். ஷூட்டிங் இருப்பதாகக் கூறியிருந்தான்.

அவன்தான் அவளை மீண்டும் வீணை வாசிக்கச் சொன்னான். கொஞ்ச நேரம் வாசித்துவிட்டு நிறுத்தினாள். அவன்தான் இன்னும் சிறிது நேரம் வாசிக்கச் சொன்னான். அவளும் கிறங்கிக் கிறங்கி வாசித்தாள். ஒரு கட்டத்தில் வாசிப்பை நிறுத்தினாள்.

கிழவி, "சாரை கூட்டிட்டுப் போ" என்றாள். அவள் அவனை அறைக்குள் வருமாறு அழைத்து நடந்தாள். அவள் பின்னால் அவன் சென்றான். கட்டில் இருந்தது. இரண்டு நாற்காலிகள் இருந்தன. ஏசியைப் போட்டாள். விசாலமான அறை. அவன் நாற்காலியில் அமர்ந்தான். அவள் கட்டிலில் அமர்ந்தாள். நடிகனின் பெயரைச் சொல்லி அவனுக்கு நெருக்கமான நண்பனா என்று கேட்டாள். "ஆமாம்" என்றான். "இவ்வளவு நெருக்கமா" என்று கூறியவாறு நெஞ்சைக் குறுக்கினாள். முந்தானையை எடுத்து மடியில் போட்டாள்.

அவனுக்கு வீணை ஓசையும் வாசிக்கும்போதிருந்த அவளின் ஆனந்தமான, பரவசமான முகமும் நினைவில் வந்துகொண்டிருந்தன. மயக்கம் வரும்போல இருந்தது.

"என்ன ஒருமாதிரி இருக்கீங்க. தண்ணி குடிக்கிறீங்களா" என்று எழுந்து மேஜையிலிருந்த பாட்டிலிலிருந்து டம்ளரில் தண்ணீரை ஊற்றிக்கொண்டிருந்தாள். அவள் முந்தானையை எடுத்துப் போட்டுக்கொள்ளவில்லை. தண்ணீரை வாங்கிக் குடித்தான்.

திடீரென்று, "நான் பாவி. என்னை மன்னித்துக்கொள்ளுங்கள். எனக்கு உங்களைப் பார்க்கும்போது வேறு ஒருத்தியின் நினைவு வருகிறது. நான் சொல்கிறேன். நீங்கள் சங்கீதத்தில் பெரிய வித்தைக்காரி. உங்களை என்னால் தொட இயலாது" என்றான்.

அவள் முந்தானையை எடுத்து மேலே போட்டுக்கொண்டாள். அவன் அறைக்கதவைத் திறந்து வெளியே ஹாலுக்கு வந்தான். கிழவி அவனைப் பார்த்தாள். அவன் வீட்டை விட்டு வெளியேறினான். அறையிலிருந்து வெளியே வந்த அவளைப் பார்த்து கிழவி, "என்ன" என்று கேட்டாள். "எனக்கும் தெரியவில்லை" என்றாள் அவள்.

○

ஜூலை 2022

36

தயிர் டப்பா

இருபது ரூபாய் ஹட்சன் தயிர் டப்பா வாங்க வேண்டாம் என்றும் இரண்டு பத்து ரூபாய் ஹட்சன் தயிர் பாக்கெட் வாங்க வேண்டும் என்றும் பத்து முட்டைகள் வாங்கிவருமாறும் சேகரனிடம் மருமகள் கூறினாள். இதைச் சொல்லும்போது சிரித்துக்கொண்டே சொன்னாள். முட்டைகளையும் தயிர் பாக்கெட்டையும் வைத்துக்கொள்வதற்கு ஒரு பையையும் பணத்தையும் கொடுத்தாள்.

சேகரன் கடைக்குச் சென்றுகொண்டிருந்தார். இந்தச் சாலையில் கால் கிலோமீட்டர் நடந்தால் மெயின் ரோடு வந்துவிடும். அங்குள்ள ஒரு மினி சூப்பர் மார்க்கெட்டில் இவற்றை வாங்க வேண்டும். முட்டைகளை உடைபடாமல் கொண்டுசெல்ல முடியுமா என்று யோசித்துக்கொண்டேதான் நடந்தார். முட்டைகளைப் பாதுகாப்பாக வைப்பதற் கென்று பிளாஸ்டிக்கில் செய்யப்பட்ட உபகரணம் உண்டு. எப்படித்தான் இதையெல்லாம் யோசித்துச் செய்கிறார்களோ. வாழ்க்கையை முடிந்தவரை எளிதாக்கிக்கொண்டே செல்கிறார்கள். அந்த உபகரணத்தை ஏன் மருமகள் கொடுத்துவிடவில்லை. வீட்டில் அதை அவர் பார்த்திருக்கிறார். அதை வைத்த இடம் தெரியாமல் இருக்கிறாளா அல்லது அதைக் கொடுத்துவிட வேண்டும் என்ற சிந்தனையில்லாமல் இருக்கிறாளா. எப்படியோ தனக்கு ஒரு பதற்றத்தை உருவாக்கிவிட்டாள் என்று நினைத்துக்கொண்டார்.

கடைக்குள் சென்றார். கடையில் ஆவின் பத்து ரூபாய் பாக்கெட்டை எடுத்துக் கொடுத்தார்கள்.

மருமகள் ஆவின் பாக்கெட் வாங்குவதில்லை. ஹட்சன் பாக்கெட்தான் வாங்குவாள். கடையில், "ஹட்சன் பத்து ரூபாய் பாக்கெட் இல்லை; இருபது ரூபாய் ஹட்சன் டப்பா இருக்கிறது; அதை வாங்கிக்கொள்கிறீர்களா" என்று கேட்டார்கள். சேகரனுக்குக் குழப்பம் வந்துவிட்டது.

மருமகள் ஆவின் வாங்க மாட்டாள். அதில் பத்து ரூபாய் பாக்கெட் இருக்கிறது. ஆனாலும் வாங்க வேண்டாம். ஹட்சனில் பத்து ரூபாய் பாக்கெட் இல்லை. ஆனால் இருபது ரூபாய் டப்பா இருக்கிறது. ஆனால் இருபது ரூபாய் டப்பா வாங்க வேண்டாம் என்று மருமகள் சொல்லியிருக்கிறாள். ஏன் என்று தெரியவில்லை. ஒரு பிராண்ட்தான். தயிரைப் பத்து ரூபாய் பாக்கெட்டிலும் இருபது ரூபாய் டப்பாவிலும் வைத்திருக்கிறார்கள். மருமகளுக்கு வேண்டாம் என்பதற்கான காரணம் தெரிந்திருக்கும்.

இந்தச் சூழ்நிலையில் முடிவெடுப்பது தொடர்பாக மருமகளிடம் விளக்கம் கேட்கலாம். அவள் பேசுவதே கத்துவது போல் இருக்கும். பிறகுதான் அவருக்கு மொபைல் போனை எடுத்துவரவில்லை என்பது தெரிந்தது. எப்போது வெளியில் சென்றாலும் மொபைல் போனை எடுத்துச் செல்ல வேண்டும் என்று மகன் பலமுறை வற்புறுத்தியிருக்கிறான். மேஜைமீது போன் இருந்தது. அவருக்கு எடுக்க மறந்துவிட்டது.

பிறகு அவர் முடிவெடுத்தார். பத்து முட்டைகள் வாங்கினார். ஒரு திக்கான பாலிதீன் கவரில் போட்டு மேலே கயிற்றால் கட்டிக் கொடுத்தார்கள். வாங்கிப் பத்திரமாகப் பையில் வைத்துக் கொண்டார். ஹட்சன் இருபது ரூபாய் தயிர் டப்பா வாங்கிப் பையில் வைத்துக்கொண்டார். கடையை விட்டு வெளியேறினார். பில் வாங்க மறந்துவிட்டது நினைவுக்கு வர, மீண்டும் நுழைந்து வாங்கிப் பையில் போட்டுக்கொண்டார்.

கடையை விட்டு வெளியே வரும்போது அவருக்குச் சில எண்ணங்கள் தோன்றின. மருமகள் இருபது ரூபாய் டப்பா வாங்க வேண்டாம் என்று உறுதியாகச் சொல்லியிருக்கிறாள். பத்து ரூபாய் ஆவின் பாக்கெட் இருந்தது. பத்து ரூபாய் ஹட்சன் பாக்கெட் இல்லாத நிலையில் ஆவின் பாக்கெட்டைத்தான் வாங்கியிருக்க வேண்டுமா. ஆவின் வாங்கிக்கொண்டு போனால், 'நான் ஆவின் தயிர் வாங்குவதில்லையே. இருபது ரூபாய் ஹட்சன் தயிர் டப்பா வாங்க வேண்டாம் என்று நான் சொன்னது உண்மைதான். ஹட்சன் பத்து ரூபாய் பாக்கெட் இல்லாத நிலையில் இருபது ரூபாய் தயிர் டப்பா வாங்கி வந்தால் என்ன' என்று மருமகள் சொல்லலாம். அல்லது 'பத்து ரூபாய் ஹட்சன் தயிர் பாக்கெட் இல்லை என்றால் முட்டைகள் மட்டும் வாங்கிவந்திருக்கலாமே.

இருக்கிற தயிரை வைத்து சமாளித்திருக்கலாமே' என்றும் மருமகள் சொல்லலாம். சேகரனுக்குப் பெரிய சிக்கலில் இருப்பதாகத் தோன்றியது.

சற்றுத் தள்ளி ஒரு கடை இருந்தது. அங்கு சென்று, "பத்து ரூபாய் ஹட்சன் தயிர் பாக்கெட் இருக்கிறதா" என்று கேட்டார். கடைக்காரர் எடுத்துக் கொடுத்தார். சூப்பர் மார்க்கெட்டில் கொடுத்த மீதிப் பணத்திலிருந்து இருபது ரூபாய் எடுத்துக் கொடுத்தார். இப்போது அவரிடம் இரண்டு பத்து ரூபாய் ஹட்சன் தயிர் பாக்கெட்டும் ஒரு இருபது ரூபாய் ஹட்சன் தயிர் டப்பாவும் உள்ளது. அப்படியானால் அந்த இருபது ரூபாய் ஹட்சன் டப்பாவை யாருக்காவது கொடுத்துவிட வேண்டும். யாருக்குத் தயிர் டப்பாவைக் கொடுப்பது. பிச்சைக்காரருக்குக் கொடுத்தாலும் வாங்குவாரா என்பது நிச்சயமில்லை. மேலும் அது விசித்திரமான காரியமாக இருக்கும். கீழே குப்பையில் போட்டுவிடலாமா. அது சரியான டிஸ்போசல் இல்லை.

திடீரென்று அவருக்கு சூப்பர் மார்க்கெட்காரன் கொடுத்த மீதிப் பணத்திலிருந்து அல்லவா இருபது ரூபாய் எடுத்து இந்தக் கடைக்காரருக்குக் கொடுத்திருக்கிறார். அப்படியானால் சேகரன் தன் தனிப்பட்ட இருபது ரூபாய் பணத்தை அந்த மீதிப் பணத்துடன் சேர்த்து மருமகளிடம் கொடுக்க வேண்டும். இந்த இருபது ரூபாய் டப்பாவை டிஸ்போஸ் பண்ண வேண்டும். சிக்கல் முடிந்துவிடும். தன்னிடமிருந்த பணத்திலிருந்து இருபது ரூபாயை எடுத்து மீதிப் பணத்துடன் சேர்த்தார். அடுத்து செய்ய வேண்டியது, தயிர் டப்பாவை அப்புறப்படுத்த வேண்டும். கீழே குப்பையில் போடுவதைவிட அந்தத் தயிரைக் குடித்துவிட்டால் என்ன என்று அவருக்குத் தோன்றியது.

பையிலிருந்து தயிர் டப்பாவைப் பத்திரமாக வெளியே எடுத்தார். தயிர் கெட்டியாக இருந்தது. அதை விரல்களால் எடுத்துத்தான் சாப்பிட வேண்டும். ஸ்பூன் இருந்தால் சௌகரியமாக இருக்கும். இதற்காகப் போய் ஸ்பூன் வாங்க முடியுமா. தவிர ஸ்பூன் எங்கே விற்பார்கள் என்றும் தெரியவில்லை. பையை ஒரு கையில் மாட்டிக்கொண்டு, தயிர் டப்பாவின் மேல் மூடியை அகற்றி, விரல்களால் தயிரைத் தோண்டி எடுத்து வாயில் போட்டார். சற்றுப் புளிப்பாக இருப்பதுபோல் உணர்ந்தார். முழுவதையும் சாப்பிட முடியாது என்று தோன்றியது. சாப்பிட்டவரை போதும் என்று மீதித் தயிர் இருந்த டப்பாவை குப்பை குவிந்திருந்த இடத்தில் போட்டார்.

பிறகுதான் சட்டையில் தயிர் சிந்தியிருப்பது அவருக்குத் தெரிந்தது. கர்சிப் இல்லை. கையினால் தட்டிவிட்டார். முழுவதும்

போனதாகத் தெரியவில்லை. தண்ணீர் இருந்தால் முழுதாகப் போக்கிவிடலாம். தண்ணீருக்கு எங்கே போவது. முடிந்தவரை கையினால் துடைத்தார்.

வீட்டை நோக்கி நடந்தார். பத்து முட்டைகள் உள்ள பையைக் கொண்டுசெல்கிறார். எவனாவது வந்து இடித்து முட்டையை உடைத்துவிடுவானோ என்று சாலையின் ஓரத்தில் பாதுகாப்பாக நடந்தார். வீட்டை அடைந்துவிட்டார்.

மருமகள் வந்து பையை வாங்கினாள். பைக்குள் பார்த்தாள். மீதிப் பணத்தை மருமகளிடம் கொடுத்தார். அவள் வாங்கிக் கொண்டாள். அப்போதுதான் சேகரனை அவள் நன்றாகப் பார்த்தாள். "சட்டையில் தயிர் துகள் ஒட்டியிருக்குதே" என்றாள்.

"அது ஒண்ணுமில்லை. வெயில் ஜாஸ்தி. தாகமாக இருந்துச்சு. ஒரு பத்து ரூபாய் தயிர் பாக்கெட் வாங்கி, அதைப் பிய்த்துக் குடித்தேன். சட்டையில் சிந்திவிட்டது போல" என்றார். மருமகள் பலதடவை சேகரனை விசித்திரமாகப் பார்ப்பதுபோல் பார்த்திருக்கிறாள். இப்போதும் அப்படிப் பார்த்தாள். சேகரன் தன் அறைக்குள் சென்றார். அப்போதுதான் ஹட்சன் இருபது ரூபாய் தயிர் டப்பாவும் முட்டைகளும் வாங்கிய பில் அந்தப் பைக்குள் இருப்பது நினைவுக்கு வந்தது. 'அந்த பில்லை எடுத்திருக்க வேண்டும். அதைச் செய்யாமல் விட்டுவிட்டோமே' என்று தோன்றியது. அறைக்குள் மாட்டியிருந்த கண்ணாடியில் தன் முகத்தைப் பார்த்தார். முகம் வழக்கம்போல இருந்தது.

o

ஜூலை 2022

37

கடவுளின் பரிசு

லாரன்ஸ் காரை மரநிழலில் நிறுத்தினார். நான் கொண்டுவந்திருந்த பையிலிருந்த ரம் பாட்டிலை வெளியே எடுத்தேன். ஸ்னாக் வகைகளைப் பிரித்தேன். இரண்டு கிளாஸ்களையும் எடுத்தேன். காருக்குள் சௌகரியமாக எப்படி மது அருந்துவது என்பதை நாங்கள் அனுபவத்தில் அறிந்திருந்தோம். கூடுதலாக ஆட்கள் இருந்தால் ஆள் நடமாட்டம் இல்லாத இடத்தில் காரை நிறுத்தி டிக்கியைத் திறந்து அதை டேபிள் போல் உபயோகப்படுத்திக்கொள்வோம்.

லாரன்ஸ் மேற்கத்திய இசையை ஒலிக்க விட்டார். அது நவீன இசை அல்ல. ஏதோ சம்பிரதாய மேற்கத்திய இசை போலிருந்தது. மெயின் சாலையிலிருந்து பிரியும் உட்சாலையில் கார் நின்றிருந்தது என்பதால் ஆட்களோ வாகனங்களோ வரவில்லை.

நாங்கள் மது அருந்த ஆரம்பித்தோம். மது சற்றே ஏறினால் அவர் டோரதியைப் பற்றிப் பேசுவார்.

“டோரதி மட்டும் எனக்கு மனைவியாக வாய்த்திருந்தால், என் வாழ்க்கையே மாறியிருக்கும்” என்றார். டோரதி பற்றி லாரன்ஸ் விரிவாகக் கூறியதில்லை. அவ்வப்போது ஏதாவது புலம்புவார். அதிலிருந்து ஒரு தெளிவான சித்திரம் கிடைக்காது.

“டோரதி இப்போது எங்கே இருக்கிறார்” என்றேன். “அவள் மும்பையில் இருக்கிறாள் என்று நினைக்கிறேன். நான் தமிழ்நாட்டில் இருக்கிறேன் அல்லவா. அதனால் எங்கே என் கண்ணில்

பட்டுவிடுவோமோ என்று வேறு மாநிலத்தில் இருக்கிறாள் என்று நினைக்கிறேன்” என்றார்.

“ஏன், நீங்கள் வேறு மாநிலத்திற்குச் சென்று அவளைப் பார்க்க முடியாதா.”

“தூரத்திற்குச் சென்றுவிட்டால் நல்லது என்று நினைத் திருக்கலாம். இங்கு இருந்தால் என் நினைப்பு வரலாம். தவிர இதற்கெல்லாம் சயின்டிபிக் காரணம் தேட முடியாது.”

“ஏன், உங்கள் காதல் நிறைவேறவில்லை.”

“அதைக் கேட்க வேண்டாம். அது ஒரு துயரக் கதை. அவள் தந்தை ஒரு முரடன். எங்கள் இருவருக்குமிடையே எப்படியோ வாக்குவாதம் ஏற்பட்டுவிட்டது. அழகானவள். கண்களுக்கு மை தீட்டி கண் ஓரத்தில் லேசாக இழுத்துவிட்டிருப்பாள். மயக்கம் தரக்கூடிய கண்கள். கனவிலும் இப்போதும் வந்து மயக்கக்கூடியது. எனக்கு பயம் தரக்கூடியது.”

டோரதி, டோரதி என்று லாரன்ஸ் புலம்புவாரே தவிர பெரிய விவரங்கள் ஏதும் சொல்லாதவர் இன்று ஏதோ கொஞ்சம் சொல்லுவார் என்று நினைத்தேன்.

“அவரின் போட்டோ ஏதும் உங்களிடம் இருக்கிறதா. உங்கள் இழப்பு பெரிய இழப்புதான்” என்றேன்.

அவர் வைத்திருந்த பையைத் திறந்து ஒரு கவரில் வைத்திருந்த போஸ்ட் கார்டு அளவு புகைப்படத்தை என்னிடம் தந்தார். டோரதி கன்னியாஸ்திரியாகப் புகைப்படத்தில் இருந்தார்.

“அவர் ஏன் இந்த முடிவை எடுத்தார். நீங்கள் தடுத் திருக்கலாமே” என்றேன்.

“அந்த சூழ்நிலையை என்னால் இப்போது விளக்க முடியாது. அவள் முடிவு அது. நான் கொஞ்ச காலம் கழித்து லிடியாவைத் திருமணம் செய்துகொண்டு டோரதியை நினைத்து லிடியாவிடம் கோபப்பட்டுக்கொண்டே இருக்கிறேன்.”

டோரதி கன்னியாஸ்திரியாக மாறிவிட்டதை ஏற்கெனவே என்னிடம் கூறியிருக்கிறார். இப்போதுதான் அவரைப் புகைப் படத்தில் பார்க்கிறேன். லாரன்ஸ் விரும்பிய கண்கள் தற்போது வேறாக இருந்தது. என்னவென்று அறிய முடியவில்லை. அதில் காந்த சக்தி இல்லை என்று மட்டும் என்னால் கூறமுடியும்.

தூரத்தில் தலையில் சுள்ளிக்கட்டுடன் ஒரு பெண் வருவது தெரிந்தது. முந்தானை நுனியைச் சுருளாக மடித்து அதில் அந்தச் சுள்ளிக்கட்டை வைத்திருந்தாள். அவள் தோற்றம் நெருங்கி வந்தது.

எங்கள் கார் அருகில் வந்துவிட்டாள். எங்கள் காரைப் பார்த்ததும் நின்றாள். முகத்தில் வியர்வை துளிர்த்திருந்தது. காருக்குள்ளும் பார்த்தாள்.

"ஆத்தாடி, டிரிங்ஸ் சாப்பிடறீங்களா. இந்த ஏழைப் பெண்ணுக்கு ஏதாவது பணம் கொடுங்க. பணக்காரங்க மாதிரி இருக்கீங்க. இந்தச் சுள்ளியைக் கொண்டுபோயி அடுப்பை பத்த வைச்சுத்தான் சமைச்சுச் சாப்பிடணும்" என்றாள்.

"இந்தப் பக்கம் ஊர் இருக்கா. இந்தப் பக்கமிருந்து வர்றீங்க."

"ஆமா. சவேரியாபுரம்னு ஊர் இருக்கு. மாதா கோயில் இருக்கு. பணம் கொடுங்க ராசாமாரே. மூணு ஜீவன் சாப்பிடணும். வேலை வெட்டி இல்லை."

"உன் பேரென்ன" என்றேன்.

அவள், "டோரதி" என்றாள். லாரன்ஸ் திடுக்கிட்டு அவளைப் பார்த்தார். பர்ஸை வைத்துக்கொண்டு பர்ஸிலிருந்த பணம் அனைத்தையும் எடுத்து அவளிடம் கொடுத்தார்.

"என்ன இம்புட்டு பணமா. வேண்டாம் சாரே. கொஞ்சமா எடுத்துக் குடுங்க."

"வேண்டாம், வைச்சுக்கோங்க" என்றார் லாரன்ஸ். நானும் வைத்துக்கொள்ளச் சொன்னேன். அவள் தயக்கத்துடன் வாங்கிக் கொண்டாள்.

"கார்லே ஏறிக்குங்க. உங்க வீட்லே எறக்கிவிடறேன்" என்றார் லாரன்ஸ்.

"வேண்டாமே சாரே... பாக்கறவங்க தப்பாப் பேசுவாங்க. வேண்டவே வேண்டாம். நான் நடந்து போயிக்கறேன். ரொம்ப நன்றிங்க ராசாமாரே" என்று கூறி நடக்க ஆரம்பித்தாள்.

லாரன்ஸ் என்னிடம், "டோரதி என்பதற்கு 'கடவுளின் பரிசு' என்று பொருள்" என்றார்.

கடவுளின் பரிசு தலையில் சுள்ளிக்கட்டுடன் சென்று கொண்டிருந்ததைத் திரும்பிப் பார்த்தேன்.

○

ஜூலை 2022

38

கடல் அலைகள்

நான் விழித்துக்கொண்டேன். கடலின் ஆரவாரம் கேட்டுக்கொண்டிருந்தது. கடல் அலைகள் கரையில் ஓங்கி விழுந்துகொண்டிருந்தன. பிரேதம் எனத் தோற்றம் கொண்டிருந்த அவன் அலைகளினூடே வந்து கரையில் விழுந்தான். அந்தப் பிரேதம் என் மகன்.

நான் பார்த்தது மார்ச்சுவரியில். ஒரு பார்வைக்கு மேல் அவனைப் பார்க்க என்னால் இயலவில்லை. உடல் உப்பியிருந்தது. முகம் அடையாளம் தெரிய வில்லை. வேறு மாதிரி இருந்தது. என்னைப் பிடித்துக் கொள்ள நல்லவேளையாக நடேசன் இருந்தார். இப்படித் தோற்றம் மாறிப் பிரேதமாகக் கிடக்கவா இவனைக்கொஞ்சினேன்; வளர்த்தேன். பத்தொன்பது வயது இறக்கிற வயதா. யாரைக் குறை சொல்வது. நண்பர்களுடன் கோவளம் செல்வதற்கு அனுமதியும் பணமும் கொடுத்த என்னைச் செருப்பால் அடிக்க வேண்டும்.

கனவிலும் நனவிலும் அவன் நன்றாக இருந்த போது இருந்த தோற்றம் வந்தால் பரவாயில்லை. உப்பிய பிரேதம் அல்லவா வருகிறது. என் மனம் அலைக்கழிவதை யாரிடம் சொல்லிப் புலம்புவது.

அவன் பிறந்தபோது என் தந்தை அவனுக்கு 'சந்தோஷ்' என்று பெயர் வைக்கும்படி கூறி, அந்தப் பெயரையே வைத்தாயிற்று. வாழ்க்கையில் பின்னால் வரும் சந்தோஷத்தைக் காணாமலே போய்விட்டான்.

அவன் இறந்த பிறகு நான் ரெபக்கா வீட்டிலேயே கிடந்தேன். அங்கேயே தங்கிவிட்டேன். சில நாட்களுக்கு ஒருமுறை வாசலில் நின்று மனைவி கத்துவாள். கிட்டத்தட்ட அவள் சாமியாரிணி ஆகிவிட்டாள். ரெபக்காவின் அணைப்பும் உடலும் எனக்குப் பெரிய ஆறுதலாக இருந்தன. வீட்டிற்குச் செல்லவே இல்லை. இனி நான் வரப்போவதில்லை என்று மனைவி முடிவெடுத்துவிட்டாள்.

ரெபக்கா மாதிரி ஒரு அன்புடைய பெண்ணை நான் கண்டதில்லை. என்னைக் குழந்தை போலப் பார்த்துக்கொண்டாள். என் மனம் கொஞ்சம் கொஞ்சமாக நிலைக்கு வந்து கொண்டிருந்தது. ஒருநாள் ரெபக்கா ஒரு கடிதத்தைப் படிக்கச் சொல்லிக் கொடுத்தாள். பல வருடங்களுக்கு முன் அவளை விட்டுவிட்டுச் சென்ற கணவன் ஒரு தேதி குறிப்பிட்டு, அன்றைக்கு வந்துவிடுவதாகவும் அவளைக் கைவிட்டுச் சென்றதற்குத் தனக்கு மன்னிப்பே இல்லை என்றும் உருக்கமாக எழுதியிருந்தான். ரெபக்கா சோகமாக இருக்கிறாளா அல்லது வாழ்வு அமைகிறது என்ற நிம்மதியில் இருக்கிறாளா என்று என்னால் அறியமுடியவில்லை. சலனமின்றி இருந்தாள்.

நாம் இருவரும் இதே ஊரில் வேறிடத்தில் வசிப்போமா என்று அவளிடம் கேட்டேன். அது சிரமம் என்றும் கணவன் வந்துவிட்டால் பெரும் சிக்கல் ஏற்படும் என்றும் கூறினாள். வேறு ஊருக்குச் சென்றாலும் எனக்கு உத்தியோகப் பிரச்சினை ஏற்படும். "உன் கணவன் வந்தபின் என்னுடன் நீ இருந்ததைப் பற்றி அறிந்து உன்னைத் துன்புறுத்துவானே" என்று கேட்டேன்.

"வந்த சிறுகாலத்திற்கு மோகத்தில் ஏதும் பேச மாட்டார். பிறகு என்னைத் துன்புறுத்தலாம். நான் எதையும் ஒளிக்கப்போவதில்லை. அவர் என்னை விட்டு மீண்டும் போவதாக இருந்தால் போகட்டும். என் வாழ்வை நான் அமைத்துக்கொள்வேன். நான் எதற்கும் தயார்" என்றாள்.

நான் என் உடமைகளை எடுத்துக்கொண்டு வீட்டிற்குச் சென்றுவிட்டேன். மனைவி உள்ளே வரவிடாமல் கதவைச் சாத்திவிட்டாள். அக்கம்பக்கத்தவர்கள் சொன்ன பின்பு கதவைத் திறந்துவிட்டாள். அந்த சாமியாரிணிகூட தினமும் சண்டையாக இருக்கிறது. என் மனம் புண்படும்படியாகப் பேசுவதில் அவளுக்கு மகிழ்ச்சி இருந்தது. நேரத்திற்குச் சாப்பாடு, டிபன் எடுத்து வைத்துவிடுவாள். இது ஒன்றுதான் அவளிடம் நல்ல குணமாக இருந்தது.

நான் இப்போது கோவளம் கடற்கரையில் நிற்கிறேன். இருள் உருவாகத் தொடங்கியிருந்தது. என்னுடன் எனக்குத் தெரிந்தவர்கள் யாருமில்லை. மண்டியிட்டு முழங்கால் கடல்

அலையில் நனையச் சற்றுநேரம் இருந்தேன். இந்தக் கடல்தானே என் மகனை இரக்கமின்றிக் கொன்றது. கடலுக்கு என்ன தெரியும். நாம் எச்சரிக்கையாக இருக்க வேண்டும். அவனுக்கு இந்த எச்சரிக்கை எப்படி இல்லாமல் போனது. அசாத்திய தைரியம். கூடச் சென்ற நண்பர்கள் எல்லாம் நன்றாகத்தானே இருந்தார்கள். இவன் மட்டும்தானே கடலில் மாட்டி உடல் உப்பிப் பிரேதமாக வந்து சேர்ந்தான்.

கடலுக்குள் இறங்கிவிட்டால் நானும் உடல் உப்பிப் பிரேதமாகக் கிடப்பேன். அந்த சாமியாரிணி வந்து அழுவாள். இதில் எனக்குக் கிடைக்கப்போவது என்ன. ஒன்றுமில்லை. சாவதற்குப் பதில் உயிரோடு இருக்கலாம்.

ரெபக்காவை ஒருநாள் மார்க்கெட்டில் பார்த்தேன். புதிதாக ஒரு செயின் போட்டிருந்தாள். கணவன் கொடுத்தது என்றாள். "அக்கம்பக்கத்தவர்கள் உங்களுடன் இருந்ததைச் சொல்லி யிருப்பார்கள். ஆனால் அவர் அதைப் பற்றி எதுவுமே கேட்கவில்லை" என்றாள்.

கடல் அலைகள் ஆரவாரித்தன. இருள் கூடியது. நான் வந்தது இறப்பதற்கு. தைரியம் இல்லை. கடலுக்கு முதுகைக் காண்பித்து நடக்கத் தொடங்கினேன்.

○

ஜூலை 2022

39

மூதாதையர்கள்

அகஸ்டின் தன் மகனுடன் பேசிக்கொள்வதில்லை. அவன் உறவைத் துண்டித்துவிட்டார். மகன் டேவிட் தன் தந்தையிடம் தான் ஒரு பெண்ணைக் காதலிப்பதாகவும் பெங்களூருக்கு ஒரு வாரத்திற்குள் அம்மாவுடன் வர வேண்டும் என்றும் கேட்டுக்கொண்டான். அகஸ்டின் தன் மனைவியிடம் சொன்னார். "அவனா பார்த்தது. எப்படியிருப்பாள். குடும்பப் பின்னணி தெரியவில்லை. உடனே சம்மதித்துவிடாதே." மனைவி எலினா தலையாட்டினாள்.

எலினாவுக்கு உள்ளுணர்வில் உறுத்தல் இருந்தது. 'அவன் மற்றவர்களைப்போல் நார்மலான பையன் இல்லை. வித்தியாசமாக இருக்க விரும்புபவன். என்ன குழப்பம் காத்திருக்கிறதோ' என்று அவள் மனதில் எண்ணங்கள் ஓடிக்கொண்டிருந்தன. அகஸ்டினிடம் அவள் தன் எண்ணங்களைச் சொல்லவில்லை. அவர் மகனிடம் ஏதாவது கேள்வி கேட்டுக் கோபப்பட்டு சூழ்நிலையைச் சிக்கலாக்கி விடுவார்.

அகஸ்டின் விசிலடித்துக்கொண்டு, பாட்டுப் பாடிக்கொண்டு, சர்ச்சிற்குப் போய்க்கொண்டு, ஜாலியாக இருந்தார். பெங்களூருக்குச் செல்ல ரயில் டிக்கெட் போட்டுவிட்டார். இரண்டு நாளில் கிளம்ப வேண்டும். இடையில் டேவிட்டிடம் போனில் எலினா பேசினாள். பெண்ணைப் பற்றி விசாரித்தாள். அவன், "அவள் அழகாக இருப்பாள். என்கூட வேலை பார்க்கிறாள். அவளுடைய அப்பா மத்திய அரசாங்கத்தில் அதிகாரி. அம்மா பேராசிரியை" என்றான். "உங்களுக்குப் பிடிக்கும்" என்பதை அழுத்தி அழுத்திச் சொன்னான்.

சுரேஷ்குமார இந்திரஜித்

'தேவையில்லாத எதிர்மறைக் கற்பனைகள் உருவாகின்றன போலிருக்கிறது. உண்மையில் நல்ல பெண்ணாகத்தான் தேர்வு செய்திருப்பான்' என்று எலினா நினைத்துக்கொண்டாள்.

இருவரும் பெங்களூருக்குச் சென்றார்கள். டேவிட் ரயில்வே ஸ்டேஷனுக்கு வந்து அழைத்துச் சென்றான். சந்தோஷமாக இருந்தான். அவன் தங்கியிருந்த வீட்டிற்கு வந்தார்கள். டேவிட் அவளுடைய புகைப்படத்தைக் காட்டினான். அழகாக இருந்தாள். அந்தப் பெண்ணின் பெயர் 'செண்பகம்' என்றான். "செண்பகமா, அந்தப் பெண் இந்துவா" என்று அகஸ்டின் கத்தினார். பிறகு எலினாவைப் பார்த்து, "உன் மகனோட போனில் பேசினாயே பெண்ணோட பேர் என்னன்னு கேட்டியா. சும்மா வெட்டி அரட்டை அடிக்கிறது" என்றார்.

டேவிட் சற்றுப் பொறுமையாக இருந்து பிறகு சொன்னான். "அவள் ஒரு டைவோர்சி. கோர்ட்லே டைவர்ஸ் வாங்கி ஆறு மாசம் ஆகிறது. இவ மேலே ஒண்ணும் தப்பில்லை. அவன் சரியில்லை. சரியா விசாரிக்காம கல்யாணம் செய்து கொடுத்திருக்காங்க."

கையில் வைத்திருந்த தினசரிப் பத்திரிகையை அகஸ்டின் விசிறியடித்தார். "இதுக்குத்தான் எங்களைக் கூப்பிட்டியா. பெண் விவாகரத்தானவள். இந்து. இந்தக் கல்யாணத்துக்கு எங்களை ஒத்துக்கொள்ளச் சொல்றியா. எலினா, உடனே கிளம்பு. பஸ்ஸைப் புடிச்சி ஊர் போய்ச்சேருவோம். நாங்க உன் கல்யாணம் நடக்கறதை எப்படிக் கற்பனை பண்ணி வெச்சிருக்கோம். நீ எல்லாத்தையும் நாசம் பண்ணிட்டே. எலினா கிளம்பு" என்று பெட்டியைக் கையில் எடுத்தார். எலினா தயங்கி நின்றாள். அவளைத் திட்டினார். கெட்ட வார்த்தை இல்லாமல் எப்படி மோசமாகத் திட்டமுடியுமோ அப்படி மோசமாகத் திட்டினார். எலினா ஏதோ பேச முயன்றாள். பிறகு அடக்கிக்கொண்டாள். டேவிட் என்ன செய்வதென்று தெரியாமல் நின்றான்.

அகஸ்டின் மகனிடம் ஏதும் சொல்லிக்கொள்ளாமல் பெட்டியுடன் படியிறங்கினார். பின்னால் எலினாவும் கையில் வைத்திருக்கும் பேக்குடன் சென்றாள். டேவிட் அப்பாவை மறித்து, "பேசிக்கொள்ளலாம். நீங்கள் அமைதியாக இருங்கள். கர்த்தர் சமாதானத்தை விரும்புபவர்" என்றான். அவர் அதைக் காதில் வாங்கிக்கொள்ளாதவாறு நடந்தார். பின்னால் சென்றுகொண்டிருந்த எலினா திரும்பி டேவிட்டைப் பார்த்தாள். டேவிட் வருத்தத்துடன் நின்றுகொண்டிருப்பது தெரிந்தது.

ஆட்டோ பிடித்து ஒரு லாட்ஜுக்குச் சென்று குளித்து, ஆடைகள் மாற்றிக்கொண்டு, பஸ் நிலையம் சென்று பஸ்ஸைப் பிடித்து ஊர் சேர்ந்தார்கள். பிரயாணத்தின்போது அவசியமான வார்த்தைகள் மட்டும் பேசிக்கொண்டார்கள். டேவிட் பற்றியோ

திருமணம் பற்றியோ இருவரும் ஏதும் பேசிக்கொள்ளவில்லை. வீட்டிற்கு வந்ததும், “உன் வளர்ப்பு சரியில்லை” என்று எலினாவிடம் அகஸ்டின் சண்டை போட்டார். அவர் சண்டை போட்டால் எலினா ஒரு வார்த்தை எதிர்த்துப் பேச மாட்டாள். பேசினால் பெரிய சண்டையாகிவிடும். பொறுமையாகக் கேட்டுக் கொள்வாள். பழகிவிட்டது.

இரண்டு நாட்கள் கழித்து எலினாவுக்கு ஒரு போன் வந்தது. மறுமுனையில், “செண்பகம் பேசுகிறேன்” என்ற குரல் ஒலித்தது. “அம்மா இந்த விஷயத்திலே நான் ஒண்ணும் செய்ய முடியாது. டேவிட்டை நல்லா பாத்துக்க. இனிமே எனக்கு போன் பண்ணாதே. போன் பண்ணியதையும் வெளியே சொல்லாதே. டேவிட் அப்பா பெரிய பிரச்சினையாக்கிவிடுவார். நீ எதுவும் சொல்ல வேண்டாம். டேவிட் உறுதியாக இருப்பான். நாங்கள் இல்லாவிட்டால் கல்யாணம் நடக்காதா என்ன. போனை வைத்துவிடு” என்றாள். முதல் வேலையாக வந்த நம்பரை அழித்தாள்.

எலினாவை அகஸ்டின் கூப்பிட்டு, “டேவிட்டிடமிருந்து நாலைந்து போன் கால் வந்தது. நான் எடுக்கலை. அவன் எக்கேடும் கெட்டுப் போறான். நீயும் அவனிடம் பேச்சு வெச்சுக்காதே” என்றார். எலினா தலையாட்டினாள். ஆனால் அவள் டேவிட்டிடம் ரகசியமாகப் பேசிக்கொண்டுதானிருந்தாள்.

காலம் கடந்தது. அகஸ்டினுக்கு உடல்நலக்குறைவு ஏற்பட்டு மருத்துவமனையில் இருந்தார். ‘ஒரே மகன். எதற்கு வீம்பாக இருக்கிறேன்’ என்று அவருக்கு எண்ணம் ஏற்பட்டது. வீட்டிற்கு வந்தபின் ஒருநாள் எலினாவைக் கூப்பிட்டு டேவிட் பற்றி விசாரித்தார்.

அவள் தயங்கிக்கொண்டே, “அவங்களுக்கு ஆண் குழந்தை பிறந்திருக்கு” என்றாள்.

“அந்தத் தறுதலை உங்கிட்டே சொன்னானாக்கும். என்ன பேரு வைச்சிருக்கான்.”

“சார்லஸ் நல்லமுத்து” என்றாள் எலினா.

அகஸ்டினுக்குள் அசைவு ஏற்பட்டது. சார்லஸ் என்பது அகஸ்டினின் தந்தை பெயர். நல்லமுத்து என்பது சார்லஸின் தந்தை பெயர். இரண்டு நாட்கள் அகஸ்டின் நிம்மதியில்லாமல் இருந்தார். எலினாவை அழைத்து, “பெங்களூர் போயிட்டு வருவோம். உன் பையனிடம் பேசி ஏற்பாடு செய்” என்றார்.

எலினா, “சரி” என்றாள்.

○

ஜூலை 2022

40

ஆரம்பம்

அமுதா புழக்கடைக்கு வந்தாள். பக்கத்து வீட்டின் பின்வாசல் சாத்தப்பட்டிருந்ததைப் பார்த்தாள். இரண்டு வீடுகளுக்கு இடையே பின்பக்கத்தில் பிரிக்கும் சுவர் எழுப்பப்பட வில்லை. ஒரு வீட்டில் அண்ணனின் குடும்பமும் இன்னொரு வீட்டில் தங்கையின் குடும்பமும் வசிக்கிறார்கள். சொந்த வீடு.

அமுதா பொறுமையிழந்து பக்கத்து வீட்டின் பின்வாசலுக்கு வந்தாள். கதவைத் தட்டினாள். கதவு சற்றுநேரம் கழித்துத் திறந்தது. லோகநாதன் நின்றுகொண்டிருந்தான்.

"ஏன் இவ்வளவு நேரம்" என்றாள்.

"முன் ரூமில் இருந்தேன்" என்றான்.

லோகநாதன் முண்டா பனியனும் வேஷ்டியும் அணிந்திருந்தான். அவனுடைய தோள்களின் திண்மையையும் தோள்களிலிருந்து இறங்கும் கையின் திண்மையையும் பார்த்தாள். அவன் நெஞ்சில் கைவைத்துத் தள்ளினாள். அவன் பின் நகர்ந்தான். அவனை மார்போடு கட்டிக்கொண்டாள். அவன் திரும்பி முன்வாசலைப் பார்த்தான்.

"அய்யோ. கையை எடுடி. வாசக்கதவைத் தாழ்ப்பாள் போடலை."

அவள் கையை விடுவித்துக்கொண்டாள். அவன் போய் முன்வாசல் கதவைத் தாழ்ப்பாள் போட்டுவிட்டு வந்தான்.

"வீட்டிலே பெரியவா இல்லைன்னா முன்வாசக் கதவைத் தாழ்ப்பாள் போட்டுண்டு என்னைத் தேடி வர வேண்டாமா."

"உன்னை அல்லால் வேற கதி உண்டோ அமுதா" என்று லோகு பாடினான்.

"வாத்தியார் சொல்லிக் கொடுத்தாராக்கும்."

"குருன்னு சொல்லு."

"நான் வாத்தியார்னுதான் சொல்வேன். சொல்லிக் கொடுக்கறவா வாத்தியார்."

அவள் மூக்கைப் பிடித்து அவன் ஆட்டினான். "இதான் விதண்டாவாதம். இது என்ன ராகம்னு தெரியுமா."

"நான் என்ன சங்கீதமா கத்துண்டிருக்கேன். கல்யாணி ராகமா."

"எப்படி கரெக்டா சொன்னே."

"நேக்கு ரெண்டு மூணு ராகம் பேரு தெரியும். அதுலே ஒண்ணு கல்யாணி. சும்மா அடிச்சுவிட்டேன். பலிச்சுடுத்து."

அவனை அவள் மார்பைப் பிடித்துத் தள்ளி, சுவரோடு நிற்க வைத்துக் கட்டிக்கொண்டாள்.

"ஏண்டா ஜடம் மாதிரி இருக்கே. நான்தான் கூச்சமில்லாம நடந்துக்கணுமா."

"நேக்கு இயல்பாவே ஒரு சங்கோஜம் வந்துருது."

"என்னைப் பாத்தா எதுக்குடா சங்கோஜம் வரணும். காதல்லே வரணும்."

"இதுதான் காதலா. இப்பப் பாரு நான் எப்படிக் காதலிக் கறேன்னு" என்று சொல்லி அவளே எதிர்பார்க்காதவாறு நடந்துகொண்டான். அவள் அவனிடமிருந்து விலகி ரவிக்கையை யும் சேலை முந்தானையையும் சரிசெய்துகொண்டாள். "என்ன முரட்டுத்தனம். எங்கே ஒளிச்சு வைச்சிருந்தே" என்றாள்.

"நான் முதல்லே ஆரம்பிச்சா நீ பின்வாங்குவே. இப்ப நீ ஆரம்பிச்சதுனாலே எல்லாம் என் விருப்பப்படி நடக்கறது."

"இதென்னது. இங்கே இருந்தா நீ ஏதாவது செய்திருவேன்னு இப்ப பயம் வருது. நான் ஆத்துக்குப் போயிடவா."

"சரி, போ."

"என்ன சரிங்கறே. இருன்னு சொல்ல மாட்டியா."

சுரேஷ்குமார இந்திரஜித்

“இருன்னு சொன்னா, நீ போறேன்னு சொல்லுவேடி.”

இந்தச் சூழ்நிலையில் இங்கு இருப்பது மேலும் நெருக்கத்தைக் கூட்டிவிடும் என்ற உள்ளுணர்வு அமுதாவிற்கு ஏற்பட்டது. அவனைச் சீண்டத்தான் வந்தாள். ‘அவனுக்கு குளிர்விட்டுவிட்டது. இனிமேல் நான்தான் ஜாக்கிரதையாக இருக்க வேண்டும் போலிருக்கிறது’ என்ற எண்ணம் அவளுள் ஓடியது.

அவனிடமிருந்து அவள் தன்னை விடுவித்துக்கொண்டு பின்கட்டு வழியாக அவள் வீட்டிற்குள் சென்றாள்.

லோகநாதன், “தமிழுக்கும் அமுதா என்று பெயர்” என்று சஹானா ராகத்தில் பாடினான்.

(இது ஒரு நாவலின் ஆரம்பம். மேலே தொடராமல் அதன் ஆசிரியர் அந்நாவலைக் கைவிட்டுவிட்டார்.)

○

ஜூலை 2022

41

தந்தையும் மகனும்

முத்துச்சாமி குத்துக்காலிட்டுச் சுவரில் சாய்ந்து உட்கார்ந்திருந்தார். கண்களில் நீர் வழிந்துகொண்டிருந்தது. அடக்க முடியாமல் அழுதார். பேச்சியம்மாள் இறந்ததிலிருந்தே அவர் வாழ்க்கை நசிவடைய ஆரம்பித்தது. வீட்டைக் கவனித்துக்கொள்வதற்கும் சமையலுக்கும் பெண் வேண்டும் என்பதற்காக வசதியில்லாத இடத்தில் மகனுக்குப் பெண் எடுத்தார். மகனுக்குச் சரியான வேலை இல்லை. வந்த மருமகள் சுகந்தி தங்கமான பெண். பொறுமைசாலி. ஆனால் மகன் தங்கராசு செய்யும் கொடுமைகளைத் தாங்கிக்கொள்வதற்குப் பொறுமை மட்டுமல்ல மனத்திடமும் வேண்டும். குழந்தையும் பிறந்துவிட்டது. பெண் குழந்தை. எவ்வளவு நாள்தான் தங்கராசு குடித்துவிட்டு வந்து செய்யும் கொடுமைகளை அவள் தாங்கிக்கொள்வாள். முத்துச்சாமிதான் அவளைத் தன்னுடைய அம்மா வீட்டில் கொஞ்ச நாட்கள் இருக்குமாறு பணம் கொடுத்து அனுப்பிவைத்தார்.

தென்னந்தோப்பில் இரண்டு வீடுகள் கட்டி யிருந்தார். அதில் ஒரு வீட்டில் முத்துச்சாமி குடியிருந்தார். இன்னொரு வீட்டில் தங்கராசும் சுகந்தியும் குடியிருந்தார்கள். இரவு நேரத்தில் சுகந்தியின் அலறல் முத்துச்சாமிக்குக் கேட்கும். தன்னைக் கட்டுப்படுத்திக்கொண்டு வீட்டிலேயே இருந்துவிடுவார். பெண் குழந்தையை இரவில் தன்னுடன் வைத்துக்கொள்வார். அவரே தனக்கான உணவைச் சமைத்துக்கொள்வார்.

சுரேஷ்குமார இந்திரஜித்

எந்த வேலையிலும் தங்கராசு நிலைத்து நிற்பதில்லை. குடிக்காமல் இருக்க முடியாது. குடித்தாலும் நிதானம் தவறும் அளவுக்குத்தான் குடிப்பான். அப்பன் என்ற மரியாதையை முத்துச்சாமிக்குக் கொடுப்பதில்லை. அவன் மனதில் முத்துச்சாமி பராமரித்து, நிர்வகித்துவரும் இந்தந் தென்னந்தோப்பும் பக்கத்தில் இருந்த வயக்காடும் முன்னோர்கள் சொத்து என்ற நினைப்பு இருந்தது. இவர்களின் உறவினர்கள் இருக்கும் தெரு தோப்பிலிருந்து சற்றுத் தள்ளி இருந்தது.

தங்கராசு திருந்துவான் என்றுதான் கல்யாணம் செய்து வைத்தார். சுகந்தி அவனிடமிருந்து தப்பித்து முத்துச்சாமி இருக்கும் வீட்டிற்கு வந்தால், வெளியே நின்று இருவரையும் இணைத்துத் திட்டுவான். முத்துச்சாமி சம்பாதித்ததெல்லாம் தங்கராசுவின் குடிக்கே சென்றுகொண்டிருந்தது.

“மாமா நாங்க இல்லாத குடும்பத்தைச் சேந்தவங்க. அப்பா சின்ன வயசிலேயே இறந்துட்டார். எனக்கு ஒரு அக்கா இருக்கறது தெரியும். அம்மா நாலு வீட்லே வேலை பாத்து கூழோ கஞ்சியோ குடிச்சிக்கிட்டிருக்கு. அக்காவும் வூட்டுக்காரரோட பம்பாய்க்கு பிழைக்கப் போயி அங்கே கஷ்டப்பட்டுகிட்டிருக்கு. எனக்குன்னு ஆதரவா யாருமில்லை. நீங்கதான் மாமா எனக்குப் பாதுகாப்பு. அதுவும் உங்க மகன்கிட்டேயிருந்து பாதுகாப்பு. கோவத்துலே என்னைக் கொன்னுருவாரோன்னு பயமாயிருக்கு. நான் சாயந்தரம் ஆனா புள்ளையைக் கொண்டாந்து உங்ககிட்டே விட்டுர்றேன். காலையில வெள்ளனை வந்து வாங்கிக்கறேன். நீங்க வயக்காட்டுக்குப் போகணும்ல. என் தலையெழுத்து இப்படி ஆயிருச்சு” என்று அழுதுகொண்டே முத்துச்சாமியிடம் சுகந்தி கூறினாள்.

முத்துச்சாமிக்கு அவன் எப்படி இப்படிக் கெட்டுச் சீரழிஞ்சான் என்றே தெரியவில்லை. தங்கராசுவின் பால்ய காலத்தில் முத்துச்சாமி அவனைத் தோளில் போட்டுக்கொண்டே சந்தைக்குப் போவார். வளர்ந்தபின் கையைப் பிடித்துக்கொண்டு வெளியே அழைத்துப் போவார். அவன்மேல் தான் வைத்திருந்த பாசத்தை இப்போது நினைத்தால், எல்லாம் மாறிவிட்டதை நினைத்து அவருக்கு நெஞ்சடைப்பது போலிருக்கிறது. குடிக்கக் காசு கேட்டு, தராவிட்டால் அவரை அடிக்கிறான். பதிலுக்கு இவரும் அடிக்க சுகந்தி வந்து விலக்கிவிடுவாள். இதையெல்லாம் பார்க்காமல் நல்ல வேளையாக மனைவி போய்ச்சேர்ந்தாள் என்று முத்துச்சாமி நினைத்துக்கொள்வார்.

இனி என்ன செய்வது. தோப்பையும் வயக்காட்டையும் யார் பார்த்துக்கொள்வது. வீட்டிற்குள் நுழைந்தார். வெட்டுப்பட்டு

இறந்து கிடந்த தங்கராசுவைப் பார்த்தார். பக்கத்தில் ரத்தத்தில் தோய்ந்த அரிவாள் கிடந்தது. இவர் ஆடைகளில் ரத்தம் தெறித்திருந்தது. மாற்று உடைகள் ஒரு செட் எடுத்து, துணிப்பையில் வைத்துக்கொண்டார். சட்டையின் உள் பாக்கெட்டில் பணத்தை வைத்துக்கொண்டார். கொடியில் கிடந்த துண்டை எடுத்துத் தோளில் போட்டுக்கொண்டார். போலீஸ் ஸ்டேசனை நோக்கி நடக்க ஆரம்பித்தார். தொடுப்பு உள்ள சந்திரா வீட்டிற்குச் சென்றால், அவளையும் கேஸில் மாட்டி விடுவார்கள். விஷயம் தெரிந்து அவள் தனக்கு உதவி செய்வாள் என்று நினைத்துக்கொண்டார்.

○

ஆகஸ்ட் 2022

42

நினைவுகள்

பக்கத்தில் படுத்திருந்த மனைவியின் முகத்தைப் பார்த்தார் ஜெயராஜ். தூங்கிக் கொண்டிருக்கிறாள். மஞ்சள் பூசிய முகம். குங்குமப் பொட்டு. அதற்கு மேலே விபூதி பூசியிருக்கிறாள். இரவில் படுக்கும்போது விபூதி பூசுவது அவளது வழக்கமாகிவிட்டது. இளவயதில் இந்த வழக்கம் இல்லை. வயதாகஆக இப்படிச் சில வழக்கங்கள் வந்துவிட்டன. பக்தி கூடிவிட்டது. தூங்குபவரின் முகத்தைப் பார்க்கக் கூடாது என்பார்கள். ஆனால் ஜெயராஜின் மனைவி அவர் படுத்திருக்கும் பக்கம் திரும்பித்தான் படுத்திருக்கிறாள்.

சமயங்களில் தூங்கும் மனைவியின் முகம் திடுக்கிடலை ஏற்படுத்தும். வாழ்க்கையின் போக்கில் எவ்வளவு பேரை இழந்திருக்கிறோம். பிறப்பெடுத்தவனுக்கு முடிவு நிச்சயம். எப்போது எப்படி என்பதுதான் மர்மமாக இருக்கிறது. பல பிறப்புகள் இருக்கின்றன என்று நம்புகிறார்கள். 'பாவி என்னை மறுபடியும் பிறக்கவைக்காதே' என்று ஒரு சினிமாப் பாடல் இருக்கிறது. போன ஜென்மத்தில் செய்த வினைகள் இந்த ஜென்மத்தில் காரியமாற்றுகின்றன; பிறப்பை அறுக்க வேண்டும் என்று ஆன்மிகவாதிகள் பேசுகிறார்கள். இறந்தவர் களின் பிணத்தை எரித்துச் சாம்பலாக்கி அதைக் கடலிலோ நதியிலோ கரைத்துவிடுகிறார்கள். இப்படிப் பலவாறான நம்பிக்கைகள்.

ஜெயராஜ் எழுந்து உட்கார்ந்தார். தூங்கும் மனைவியின் முகத்தைப் பார்ப்பதைத் தவிர்த்தார்.

விடிந்துவிட்டது. அவருக்கு இன்று சற்று முன்னதாக விழிப்பு வந்துவிட்டது. ஹாலுக்கு வந்து ஜன்னல் வழியாக போர்ட்டிகோவைப் பார்த்தார். தினசரிப் பத்திரிகை இன்னும் வந்து கிடக்கவில்லை. சுழல் நாற்காலியில் உட்கார்ந்தார். மனைவியின் இளவயது முகத்தை நினைவுபடுத்திப் பார்த்தார். நினைவுக்கு வரவே இல்லை. பழைய போட்டோக்களை எடுத்துப் பார்க்க வேண்டும். வீட்டில் நடுத்தர வயதில் அவளுடன் சேர்ந்திருக்கும் போட்டோக்கள்தான் மாட்டப்பட்டிருக்கின்றன. அவருடன் கல்லூரியில் படித்த, பள்ளிக்கூடங்களில் படித்த சிலரின் இளவயதுத் தோற்றங்கள் நினைவில் உள்ளன. மனைவியின் இளவயதுத் தோற்றம் ஏன் நினைவுக்கு வர மாட்டேனென்கிறது என்று யோசித்தார். கூடவே இருப்பதால் அப்படித்தான் பழைய தோற்றம் நினைவுக்கு வராமல் இருக்குமோ என்று தோன்றியது.

அறைக்குச் சென்று பீரோவைத் திறந்தார். கீழ்த்தட்டில் போட்டோ ஆல்பங்களும் சில துணிகளும் இருந்தன. ஒரு போட்டோ ஆல்பத்தை எடுத்தார். அது மகனின் திருமண ஆல்பம். அதற்கும் முந்தைய, பிள்ளைகள் பிறப்பதற்கு முன் எடுத்த படங்கள் இருந்தால் பார்க்கலாம் என்று தோன்றியது. ஆனால் அதற்காக இப்போது மெனக்கெட வேண்டாம் என்று தோன்றியது.

மீண்டும் ஹாலுக்கு வந்தார். சுவரில் மாட்டப்பட்டிருந்த குடும்ப போட்டோக்களைப் பார்த்தார். அப்போது போன் ஒலித்தது. எடுத்தார். மறுமுனையில் ராகினி.

"உங்கள் நினைவு வந்தது. அங்கு இப்போது என்ன நேரம்" என்று கேட்டாள் ராகினி.

ஜெங்கராஜ் மணியைச் சொன்னார். "எப்படி இருக்கே. லண்டன் குளிர் எப்படியிருக்கு."

"அதான் பழகிப்போயிட்டதே."

"உன் ஹஸ்பண்ட் எப்படியிருக்கார்."

"இருக்காரு. வழக்கம்போல சிடுசிடுன்னு இருக்காரு. நிம்மதியில்லே. நாம ரெண்டு பேருக்கும் கல்யாணம் நடந்திருந்தா என் வாழ்க்கை நிம்மதியா இருந்திருக்கும்."

"இதையே எத்தனை முறை சொல்வே. அதான் நடக்கலையே. நடந்திருந்தால் நல்லாத்தான் இருந்திருக்கும்."

"நேத்து ஹஸ்பண்ட் என் கன்னத்துலே அறைஞ்சுட்டாரு. எதுக்கெடுத்தாலும் கோபப்படறாரு. பேசிக்கறது குறைஞ்சிருச்சு. அதுக்காக வீட்லே செய்ற வேலைகளைச் செய்யாமல் இருக்க

முடியுமா. எனக்கு மனசுலே சந்தோஷமே இல்லை. நீங்க எப்படி இருக்கீங்க.”

“நான் நல்லாத்தான் இருக்கேன். நீ இருந்திருந்தா இன்னும் நல்லா இருந்திருப்பேன்.”

“உங்ககிட்டே பேசினா மனசு லேசாயிடுது. எப்ப சென்னைக்கு வருவேன்னு தெரியலை.”

“ஹஸ்பண்ட் இல்லாம தனியா வரமுடியுமா.”

“இந்தச் சனியன் கூட வராம நான் எப்படி தனியா வர முடியும். காலம் அமையணும். ஏதாவது முக்கிய விசேஷம் நடந்து அவர் போக முடியாம என்னை மட்டும் போகச் சொல்ற காலம் அமையணும்.”

“காலம் அமையும்னு நினைப்போம்.”

“நினைச்சுக்கிட்டே இருக்க வேண்டியதுதான். உங்க பெண்டாட்டி எங்கே இருக்காங்க.”

“இங்கதான் இருக்கா. இன்னும் எந்திரிக்கலை. இப்பத்தான் எந்திரிச்சு வாரா.”

“சரி. அப்ப போனை வைங்க. அப்புறமா பேசறேன்.”

மனைவி வந்து இன்னொரு நாற்காலியில் உட்கார்ந்தாள். தலைமுடி கலைந்திருந்தது. முகம் உப்பியதுபோல் இருந்தது.

“காலங்காத்தாலே யாருகிட்டே பேசிக்கிட்டிருக்கீங்க.”

“பிரகதீஸ்வரன் கூப்பிட்டான். நிலம் சம்பந்தமா ஏதோ சந்தேகம் கேட்டான். சொன்னேன்.”

மனைவி எழுந்து பாத்ரூம் சென்றாள். ஜன்னல் வழியே போர்ட்டிகோவைப் பார்த்தார். தினசரிப் பத்திரிகை கிடந்தது. கதவைத் திறந்து பத்திரிகையைப் படிக்க ஆரம்பித்தார். பத்திரிகையில் கவனம் செல்லவில்லை. அவருக்கு ராகினி நினைவாகவே இருந்தது.

○

ஆகஸ்ட் 2022

43

நவீன கனவு

பாபு நேற்று இரவு கண்ட கனவை நினைவுக்குக் கொண்டுவந்தான். பாபு வேட்டி கட்டியிருக்கிறான். அவன் வேட்டி கட்டி வெளியில் செல்வதில்லை. பேண்ட்டின் 4 பாக்கெட்களிலும் வைப்பதற்குப் பொருட்கள் இருந்தன. ஆனால் கனவில் வேட்டி கட்டியிருந்தான். இறந்துபோன கணேசனும் அவனுடன் இருந்தான். கணேசன் இவன் கூட வேலை பார்த்தவன். நுரையீரலில் தொற்று ஏற்பட்டு இறந்துவிட்டான். அவன் இறந்து பல ஆண்டுகள் ஆகிவிட்டன. அவன் எதற்காக இப்போது தன்னுடன் வருகிறான் என்று பாபு யோசித்தான். இருவரும் தொலைந்துவிட்ட பாபுவின் பர்ஸைத் தேடி ஆட்டோவில் பல இடங்களுக்குச் செல்கிறார்கள். ஆட்டோவிலிருந்து இறங்குவதும் ஏறுவதுமாக இருக்கிறார்கள். ஒரு சந்துக்குள் ஆட்டோ நுழைந்து வெளியேறும்போது யாரையோ கத்தியால் குத்திவிட்டார்கள் என்று கூக்குரல் கேட்கிறது. ஆட்டோவை நிறுத்தித் திரும்பிப் பார்க்கிறார்கள். ரத்தம் சொட்டிக்கொண்டிருக்கும் வேட்டி சட்டை அணிந்த ஒருவனைக் கைத்தாங்கலாகச் சிலர் கூட்டிச்சென்று வீட்டுத்திண்ணையில் உட்கார வைக்கிறார்கள். ஆட்டோ கிளம்புகிறது. கணேசனும் கூடவே இருக்கிறான். மூச்சுப் பிரச்சினையால் தொண்டையைச் சரிசெய்துகொண்டே இருக்கிறான்.

ஒரு வீட்டின் முன் ஆட்டோ நிற்கிறது. கதவைத் திறந்துகொண்டு நடிகை மாதுரிதேவி வருகிறாள். இவள் வீட்டிற்குத் எதற்கு வருகிறோம் என்று பாபுவிற்குக்

குழப்பம். அவனைப் பார்த்து, "'பொன்முடி' திரைப்படத்தில் 'நீலவானும் நிலவும் போல' பாடலில் நான் நரசிம்மபாரதியின் கைகளை நெரித்து நெஞ்சில் வைத்துக்கொள்வதை யூடியூபில் நீங்கள் எத்தனை முறை பார்த்திருப்பீர்கள். அதனால் என்னை இங்கு பார்க்கிறீர்கள்" என்றாள். திரைப்படத்தில் கண்ட முரட்டு முகம் அப்படியே இருந்தது.

"இவர் யார். இவரும் யூடியூப் பார்ப்பாரா" என்று கணேசனைப் பார்த்துக் கேட்டாள் மாதுரிதேவி.

ஆட்டோ அங்கிருந்து சென்று கருவாட்டுக்கடை முன்பு நின்றது. கமர்தீன் பாய் கடை. பாபுவைப் பார்த்ததும் இரண்டு பாக்கெட் நெத்திலிக் கருவாடை எடுத்துக் கொடுத்தார். மலேசியாவில் தேங்காய்ப்பால் சாதத்தில் வறுத்த நெத்திலிக் கருவாடை வைத்துக் கொடுக்கும் உணவுக்குப் பெயர் 'நாசிலிமா'. பிறகுதான் பர்ஸைத் தேடித்தானே ஆட்டோவில் அலைந்து கொண்டிருக்கிறோம் என்பது பாபுவிற்கு நினைவுக்கு வந்தது.

"பாய் பணம் இல்லை என்பது மறந்துவிட்டது. தொலைந்து போன பர்ஸைத் தேடித்தான் அலைந்துகொண்டிருக்கிறோம். எப்படியோ ஆட்டோ இங்கே வந்து நிக்குது பாய்."

"சரி சரி. அடுத்த தடவை சேத்துக் கொடுங்க" என்றார் பாய்.

இதென்ன ஆட்டோ ஏதேதோ இடங்களுக்குச் சென்று கொண்டிருக்கிறது. இறந்துபோன கணேசன் வேறு உடன் இருக்கிறான். பர்ஸைத் தேடி வந்த மாதிரியே தெரியவில்லையே என்று பாபு நினைக்கிறான்.

ஆட்டோக்காரர் ஆட்டோவை நிறுத்தி இறங்கிச் சென்று புளியமரத்தடியில் கிடந்த பர்ஸை எடுத்துவந்து பாபுவிடம் கொடுக்கிறார். பர்ஸில் பணம் இருப்பதையும் பாபு பார்க்கிறான். கணேசன் டீ குடிக்கலாம் என்கிறான்.

டீக்கடைக்கு ஆட்டோ செல்கிறது. உளுந்த வடை போட்டுக்கொண்டிருக்கிறார்கள். உளுந்த வடை எண்ணெயாக இருப்பதால் தினத்தந்தி பேப்பரில் எண்ணெயை ஒற்றி எடுத்து, பிறகு சாப்பிடுகிறார்கள். டீ குடிக்கிறார்கள்.

ஆட்டோக்காரர், "எங்கே செல்வது" என்று கேட்கிறார். "என்னிடம் கேட்டா வண்டி செல்கிறது" என்கிறான் பாபு. "ஆற்று வெள்ளம் கரையைத் தொட்டு ஓடுகிறது. பாலத்தின் மீதிருந்து பார்க்கலாம். புது வெள்ளம். பாலத்திலிருந்து குதித்து மகிழ்ச்சியாகச் சாகலாம்" என்கிறார் ஆட்டோக்காரர்.

"நான்தான் ஏற்கனவே இறந்துவிட்டேனே. மீண்டும் நான் ஏன் இறக்க வேண்டும்" என்றான் கணேசன். ஆட்டோ ஆற்றுப் பாலத்தில் நின்றது. ஓடும் புது வெள்ளத்தைப் பாலத்தின் மீது நின்று மக்கள் வேடிக்கை பார்த்தார்கள். சிறுவர் சிறுமியர் சந்தோஷமாக இருந்தார்கள். ஆட்டோக்காரர் பாலத்தின் மீது ஏறி நின்று "விடுதலை" என்று கத்திக்கொண்டே ஆற்று வெள்ளத்தில் விழுந்தார்.

பாபு ஆட்டோ சீட்டில் உட்கார்ந்து, ஸ்டார்ட் செய்து ஆட்டோவைத் தாறுமாறாக ஓட்டி நிலைக்கு வந்தான். "நல்ல வேளை. நான் மீண்டும் ஒருமுறை சாவதிலிருந்து பிழைத்து விட்டேன்" என்றான் கணேசன்.

○

ஆகஸ்ட் 2022

44

பாகம்பிரியாள்

ரகுராமன், பெண்ணின் பெயரைக் கேட்டான். அம்மா, பெண்ணின் பெயர் 'பாகம்பிரியாள்' என்றாள். கூப்பிடும் பெயர் 'தேவி' என்றும் கூறினாள். ரகுராமனுக்கு பாகம்பிரியாள் என்ற பெயர் கவர்ச்சியாகத் தெரிந்தது. அந்தப் பெயரையே இப்போதுதான் கேள்விப்படுகிறான். அவளுடைய போட்டோவைக் கேட்டான். தரகர் இன்று மாலை கொண்டுவந்து கொடுப்பார் என்று அம்மா கூறினாள்.

அவன் அலுலவகம் சென்று இரவு ஏழு மணி வாக்கில்தான் வீட்டிற்கு வந்தான். இருசக்கர வாகனத்தில் செல்லும்போதும், அலுவலகத்தில் இருக்கும்போதும் மனத்தில் பாகம்பிரியாள் என்ற பெயரே நினைவில் வந்துகொண்டிருந்தது. பெண் பார்ப்பதற்கு லட்சணமாக இருந்தால் போதும் என்றுதான் ரகுராமன் நினைத்திருந்தான். 'இன்று மாலை தரகர் பெண்ணின் போட்டோவைக் கொடுத்திருப்பார். தனக்குப் பிடிக்காத மாதிரி அமைந்துவிடக் கூடாது' என்ற எண்ணம் அவனுள் ஓடிக்கொண்டே இருந்தது.

அலுவலகத்தை விட்டு வழக்கமாகக் கிளம்பும் நேரத்திற்குச் சற்று முன்பாகவே வீட்டுக்குக் கிளம்பிவிட்டான். வீட்டுக்கு வந்து இருசக்கர வாகனத்தை நிறுத்திவிட்டு, பேண்ட், சட்டையைக் கழற்றிவிட்டு லுங்கி அணிந்துகொண்டான். டாய்லெட் சென்று கை, கால், முகம் கழுவினான். சோபாவில் உட்கார்ந்தான். அம்மா காபி கொண்டு

வந்து கொடுத்தாள். பிறகு, அடுக்களைக்குள் சென்றுவிட்டாள். பாகம்பிரியாளின் போட்டோவை அம்மா கொடுப்பாள் என்று எதிர்பார்த்துக்கொண்டிருந்தான்.

அடுக்களையிலிருந்து வந்து அம்மா நாற்காலியில் உட்கார்ந்துகொண்டாள்.

"தரகர் போட்டோ கொடுத்தாரா" என்று கேட்டான்.

"வர்றேன்தான் சொன்னார். இன்னும் வரலையே. இனிமே வருவாரா, நாளைக்குத்தான் வருவாரான்னு தெரியலை" என்றாள்.

வாசலில் சைக்கிள் மணிச்சத்தமும் சைக்கிள் நிறுத்தும் சத்தமும் கேட்டது. தரகர் உள்ளே வந்தார். சோபாவில் உட்கார்ந்தார். ரகுராமனின் அம்மாவைப் பார்த்து, "வேறு ஒரு எடத்திலும் போட்டோ கொடுக்க வேண்டியிருந்தது. கொடுத்து விட்டு வர்றேன்."

"இதே போட்டோவையா" என்றான் ரகுராமன்.

"ஆமா. இதே போட்டோதான். ஒரே எடத்திலே அமையும்னு சொல்ல முடியாது. நாலு எடத்திலே கொடுத்தாத்தான் தம்பி, ஏதாவது ஒரு எடத்திலே அமையும்" என்றார் தரகர்.

கையில் வைத்திருந்த மஞ்சப்பையில் இருந்த நோட்புக்கைப் பிரித்து அதில் இருந்த போட்டோவை எடுத்து ரகுராமனின் அம்மாவிடம் கொடுத்தார். அந்தப் போட்டோவை வாங்கி அவள் பார்த்தாள்.

தரகர் பேசினார். "பொண்ணு லட்சணமான பொண்ணு. யோக ஜாதகம். ஒரே தம்பி. எஞ்சினியரிங் படிக்கிறான். பொண்ணு பட்டப்படிப்பு படிச்சிருக்கு. வேலைக்குப் போறதுக்கும் விருப்பம் இருக்கு. நீங்க விரும்பினா சர்வீஸ் கமிஷன் எழுதச் சொல்லலாம். புத்திசாலிப் பொண்ணு. பாஸாகி வேலை கிடைச்சிரும். பெண்ணோட அப்பா மில்லிலே வேலை பாக்கறார். தோட்டம் இருக்கு. தென்னை மரங்கள் இருக்கு. குத்தகைக்கு விட்டுருக்கார். அதிலேயிருந்து பணம் வருது. நீங்க பிடிச்சிருக்குன்னு சொன்னா மேக்கொண்டு ஆக வேண்டியதைப் பாக்கலாம்."

ரகுராமனிடம் அம்மா அந்த போட்டோவைக் கொடுத்தாள். அவன் வாங்கிப் பார்த்தான். பாகம்பிரியாள் தோற்றம் சுமாராகத்தான் இருந்தது.

"போட்டோ இருக்கட்டும். என் நாத்தனார் வீட்லே காமிச்சுட்டு மேக்கொண்டு ஆக வேண்டியதைப் பத்திச் சொல்றேன்" என்றாள் அம்மா.

“அம்மா நிறம் கொஞ்சம் கம்மி. ஆனா நல்ல குணம். நல்ல குடும்பம். இந்த சம்பந்தத்தை முடிக்கப் பாருங்க. தம்பியோட போட்டோவைக் கொடுத்தீங்கன்னா நான் பொண்ணு வீட்லே கொடுத்துருவேன்.”

ரகுராமன் எழுந்து அறைக்குள் சென்று போட்டோவை எடுத்துக்கொண்டுவந்து கொடுத்தான். தரகர் போட்டோவை வாங்கிக்கொண்டு, அவனைப் பார்த்தார். அவன் மீண்டும் அறைக்குள் சென்று பணம் எடுத்துவந்து கொடுத்தான். அவர் வாங்கிக்கொண்டு, “வீட்டுக்குப் போக இன்னும் பத்து கிலோ மீட்டர் சைக்கிளை மிதிக்கணும்” என்று சொல்லிக்கொண்டே எழுந்தார். மஞ்சள் பையில் இருந்த நோட்புக்கில் ரகுராமனின் போட்டோவைப் பத்திரமாக வைத்துக்கொண்டார்.

பின்பு, “என்னடா பொண்ணு மூக்கு விடைச்சுக்கிட்டு இருக்கு” என்றாள் அம்மா.

“சப்பை மூக்குதான். ஆனால் பரவாயில்லை. நல்ல குடும்பமா தெரியுது.”

“நாளைக்கி நளினிகிட்டேயும் நளினியோட புருஷன் கிட்டேயும் காமிப்போம்” என்றாள் அம்மா.

நளினி அவளின் நாத்தனார். இரண்டு தெரு தள்ளி நளினியின் குடும்பம் வசிக்கிறது.

“உனக்கு என்ன தோணுது” என்றாள் அம்மா.

“பரவாயில்லை. மேக்கொண்டு பொண்ணை நேர்லே பாக்கறதுக்கு தரகர்கிட்டே சொல்லி ஏற்பாடு பண்ணு” என்று கூறிக்கொண்டே அறைக்குள் சென்றுவிட்டான்.

போட்டோ அம்மாவிடம்தான் இருந்தது. அதை மீண்டும் நன்றாகப் பார்த்தாள். திடீரென்று அவள் மனதில் எதிர்மறை எண்ணங்கள் தோன்றின. இந்தப் பெண் தனக்குச் சரிப்பட்டு வர மாட்டாள் என்று அவள் உணர்ந்தாள். கணவர் இறந்து இரண்டு வருடங்களாகிவிட்டன. மகனுடன்தான் அவள் இருக்க வேண்டும். ‘இந்தத் திருமணம் நடக்கக் கூடாது. அதற்கேற்றாற்போல் நளினியிடமும் அவள் புருஷனிடமும் பேசி இந்தச் சம்பந்தம் அமையாமல் பார்த்துக்கொள்ள வேண்டும்’ என்று அவள் நினைத்தாள்.

அடுத்தநாள், நளினி வீட்டிற்குச் சென்று பெண்ணின் போட்டோவைக் காண்பித்தாள். அவளுக்கும் அவள் கணவனுக்கும் இயல்பாகவே இந்தப் பெண்ணைப் பிடிக்கவில்லை. ரகுராமனின் அம்மா நினைத்தது சுலபமாக நிறைவேறிவிட்டது.

ஆனால் ரகுராமன் பிடிவாதமாக இந்தப் பெண்ணைத்தான் மணம் செய்வேன் என்று அம்மாவிடம் சொல்லிவிட்டான்.

இரண்டு நாட்கள் கழித்து ரகுராமனின் அலுவலகத்திற்குத் தரகர் வந்தார். "உங்க போட்டோவை பாகம்பிரியாளின் குடும்பத்திடம் கொடுத்துட்டேன். அவர்கள் இன்னைக்கி என்னைக் கூப்பிட்டு, இந்தச் சம்பந்தத்தில் விருப்பமில்லைன்னு சொல்லிட்டாங்க. போறப்ப அம்மாகிட்டேயிருந்து பாகம்பிரியாளின் போட்டோவை வாங்கிக்கறேன். இந்த வழியா வந்தேன். அப்படியே சொல்லிட்டுப் போகலாம்னு வந்தேன். உங்களுக்கு நல்லா கிளி மாதிரி பொண்ணு அமையும் தம்பி" என்றார்.

ரகுராமனுக்கு ஏமாற்றமாக இருந்தது.

ரகுராமன் அலுவலகத்தை விட்டுத் தரகர் வெளியேறினார். அவர் மனதில் தன் வீட்டிற்கு ரகுராமனின் அம்மா வந்து பேசியது ஓடிக்கொண்டிருந்தது.

இப்படித்தான் பாகம்பிரியாளை ரகுராமன் இழந்தான்.

○

ஆகஸ்ட் 2022

45

மஞ்சள்நிற அழகி

நான் சினிமா தயாரிப்பாளர் நந்தகுமார். என்னிடம் அன்றாடம் கதை சொல்பவர்கள் வருவார்கள். அதற்காக மதியம் 3 மணியிலிருந்து 5.30 மணிவரை நேரம் ஒதுக்கியிருக்கிறேன். ஒரு நபருக்கு அரை மணிநேரம் வீதம் 5 நபர்களுக்கு மட்டுமே அனுமதி. 5 நபர்களுக்கும் பணியாளர் ஒருவர் டோக்கன் கொடுத்துவிடுவார். டோக்கன் எண்ணின்படி கதை சொல்பவர்கள் வருவார்கள். சில நாட்களில் யாரும் வர மாட்டார்கள். சில நாட்களில் நிறைய நபர்கள் வருவார்கள். 5 பேர் மட்டும் அனுமதி என்பதால் அடுத்த நாள் அவர்கள் வருவதற்கு முன்னுரிமை வழங்கப்படும். இப்படிச் சில ஏற்பாடுகள் பண்ணி வைத்திருக்கிறேன்.

இன்று மதியத்திலிருந்து மழை. அலுவலகத்தில் இருந்தேன். ஒரு பெண் என்னிடம் கதை சொல்வதற்கு வந்திருப்பதாக என் பணியாளர் கூறினார். வேறு யாரும் இருக்கிறார்களா என்று கேட்டதற்கு பணியாளர், "இல்லை சார். மழை பெய்கிறது. இந்தப் பெண் வாடகைக் காரில் வந்திருக்கிறாள். கார் வெளியே நிற்கிறது" என்றார். வரச் சொன்னேன்.

கதவைத் திறந்து மஞ்சள் நிற அழகி உள்ளே வந்தாள். மழையில் லேசாக நனைந்திருந்ததால் அவள் மின்னினாள். எனக்கு வணக்கம் சொன்னாள். நானும் பதிலுக்குச் சொன்னேன். லேசான மஞ்சள் நிறத்தில் சேலையும் ரவிக்கையும் அணிந்திருந்தாள். மஞ்சள் பொதுநிறம். அதில் பலவகைகளை

உருவாக்கலாம்தானே. இந்த ஆடையின் நிறம் அதில் ஒரு வகை. மஞ்சள் நிறமே பெண்ணாக வந்தது போல் இருந்தது.

லேசாகச் சிரித்தாள். பல்வரிசை அழகாக இருந்தது. நான் நெளிந்தேன் என்றுகூடச் சொல்லலாம். “சொல்லுங்க” என்றேன்.

“கிராமக் கதைக்குத்தான் இப்ப மவுசு சார். ‘ஏ’ சென்டரிலிருந்து ‘சி’ சென்டர் வரை பார்ப்பாங்க. அதிலும் ஆக்ஷன், காதல் இருக்க வேண்டும். ஒரு கிராமம். அங்கு ஒரு சிவன் கோவில். கோயிலின் விசேஷம் என்னவென்றால் அதில் உள்ள பெரிய நந்தி. நாக்கைச் சுழற்றியிருக்கும் நந்தி. அதை ஊர் மக்கள் வணங்குவார்கள். நந்தியைப் பூஜிக்கும் விழா வருடத்திற்கு ஒருமுறை பிரம்மாண்டமாக நடக்கும். ஊரின் முக்கியக் குடும்பத்தில் அண்ணனுக்கு முதல் மரியாதை. தம்பிக்கு இரண்டாம் மரியாதை. அண்ணன் இறந்துவிடுகிறார். அண்ணனின் மகன் தனக்குத்தான் முதல் மரியாதை தர வேண்டும் என்கிறான். அண்ணனின் தம்பி அதற்கு ஒத்துக்கொள்ளவில்லை. தனக்குத்தான் முதல் மரியாதை என்கிறான். ஊர் இரண்டாகிறது. தம்பியின் மகன்தான் ஹீரோ. நல்லவன். எதிர்த் தரப்பிலிருக்கும் அத்தையின் மகளைக் காதலிக்கிறான். இரண்டு தரப்புகளும் மோதிக்கொள்கின்றன. ஹீரோ சமரசத்திற்கு முயல்கிறான். இடையில் காதல் டூயட் இருக்கிறது. ரத்தக்களரி ஆனபின் ஹீரோவின் சமரசத்தை ஏற்றுக்கொள்கிறார்கள்.”

“என்ன சமரசம்” என்றேன் நான்.

“ஹீரோவின் அப்பாவிற்கும் பெரியப்பா மகனுக்கும்தானே பிரச்சினை. முதல் மரியாதை, இரண்டாவது மரியாதை என்ற சிஸ்டத்தை ஒழித்து ஒரே மரியாதை. வெற்றிலை பாக்கை இருவருக்கும் ஒரே நேரத்தில் வழங்க வேண்டும். இருவரும் ஒரே நேரத்தில் வலதுகையை நீட்டி வாங்கி இருவரும் அங்குள்ள நீர் நிரம்பிய வெங்கலப் பானையில் வெற்றிலைப் பாக்கைப் போட வேண்டும். ஒரே நேரத்தில் ஒரே மாலையை இருவர் கழுத்தில் போட வேண்டும். இருவரும் கட்டிப்பிடித்துக்கொள்ள வேண்டும். பின் மாலையை இருவரும் கழற்றி நந்தி முன் வைக்க வேண்டும். ஹீரோவும் ஹீரோயினும் கோயிலில் திருமணம் செய்துகொள்கிறார்கள். இதுதான் சார் கதை. காதல் சீன், பைட் சீன் எல்லாம் வைச்சுக்கலாம் சார். சூப்பரா ஓடும் சார். நாட்டுப்புறப் பாடல்கள் ஹிட் ஆயிரும் சார்.”

மஞ்சள் அழகி கதை சொல்வதை நிறுத்தினாள். கதை சொன்னதில் பல இடங்கள் என் கவனத்தில் ஏறவில்லை. நான் அவளையும் அவள் உடல்மொழியையும் கவனித்துக்கொண்டிருந்தேன். ஒரு அழகி இப்படி ஒரு மட்டமான கதையைச்

சொல்கிறாளே. என்ன பதில் சொல்வது என்று யோசித்துக் கொண்டிருந்தேன். இதைப் படமாக எடுப்பதே அபத்தமான வேலையாக இருக்கும். ஆனால் இவள் அழகாக இருப்பதால் ஏதேனும் ஒரு பாத்திரத்தில் இவளை நடிக்கச் சொல்லலாமா என்றும் யோசித்துக்கொண்டிருந்தேன்.

“அம்மா இந்தக் கதை உங்கக் கதைதானா. வேறு யாரும் எழுதியிருக்காங்களா. அல்லது வேறு யாரும் சொல்லச் சொல்லி உங்களை அனுப்பிவிட்டாங்களா.”

“சார் நானே பல நாட்கள் தூங்காம உருவாக்கின கதை சார்.”

“சரி. உங்க உயரம், எடை சொல்லுங்க. உங்களைப் பத்தி விவரம் சொல்லுங்க. எனக்கு உங்களை நடிகையாக்கலாம்னு தோணுது.”

“சார் நான் சொன்ன கதையிலே ஹீரோயினா போடப் போறீங்களா சார். ரொம்ப நன்றி.”

“இந்தப் படத்தைப் பத்தி பிறகு யோசிப்போம். நான் ஒரு படம் எடுத்துக்கிட்டிருக்கேன். இன்னும் படங்கள் எடுப்பேன். முதல்லே காமிரா போட்டோ ஷூட்டுக்கு ஒருநாள் பிக்ஸ் பண்ணி போட்டோக்களைப் பாத்தா சில ஐடியாக்கள் கிடைக்கும். நேர்லே சுமாரா இருக்கறவங்க படத்துலே ஜொலிப்பாங்க. நேர்லே சிவப்பா அழகா இருக்கறவங்க அவ்வளவா சோபிக்காம போறதும் உண்டு. அது கேமரா, சினிமாவோட மேஜிக். அதை யாரும் விளக்க முடியாது.”

“போட்டோ ஷூட்டுக்கு நான் என்னைக்கு வரணும். ஹீரோயின்தானே சார். சைடு ரோல்லே போட்றாதிங்க. போட்டாலும் முக்கியத்துவம் உள்ளதா போடுங்க.”

“முதல்லே போட்டோ ஷூட் முடியட்டும். அப்புறமாத்தான் சில முடிவுகள் எடுக்க முடியும். உங்கள் மஞ்சள் நிறத்திற்கும் சிரிப்புக்கும் ஷூட் நல்லா அமையும். ஹீரோயின் சான்ஸ் கிடைக்க வாய்ப்பு இருக்கு. பாப்போம்.”

“சார் கதை…”

“என்ன கதை, கதைன்னு இருக்கீங்க. அதை அப்புறம் பார்ப்போம். முதல்லே நடிகையாறதைப் பார்ப்போம்.”

“சரி சார். என்னைக்கு போட்டோ ஷூட்டுக்கு வரனும்.”

“அதுக்கு கேமராமேன், லைட் செட்அப் எல்லாம் பண்ணனும். உங்க போன் நம்பரைக் கொடுத்துட்டுப் போங்க. கூப்பிடறேன்.”

“சரி, கூப்பிடுங்க. அந்தக் கதையையும் ஞாபகம் வைச்சுக்குங்க.”

“அந்தக் கதையை நான் படமா எடுத்தா தலையிலே துண்டைப் போட்டுட்டு போக வேண்டியதுதான். முதல்லே நடிக்கற வேலையைப் பாருங்க.”

அவள் முகம் மாறியது.

“சரி சார். சொல்லி அனுப்புங்க. வாரேன். என் வாழ்க்கையோட முன்னேற்றமே உங்க கையிலேதான் இருக்கு” என்று சொன்னாள். நான் அவளை என் மொபைலில் படம் எடுத்துக்கொண்டேன்.

அவள் சென்றுவிட்டாள். பிறகு என் துர்புத்தி பலவகை யாகச் சிந்தித்தது. ‘உடல் கட்டுமானம், உயரம், எடை, வடிவம் எல்லாம் பொருத்தமாக இருக்கிறது. இவளைக் கைப்பற்றிவிட வாய்ப்பு இருக்கிறதா என்பதைப் போகப்போகத் தெரிந்து கொள்ளலாம். அவசரம் கூடாது. பொறுமை வேண்டும். அக்கறை வேண்டும். இயற்கையாக நடப்பது போல் சம்பவத்தை உருவாக்கி அவளைச் சரிசெய்ய வேண்டும்’ – இப்படி எல்லாம் சிந்தித்தேன்.

சினிமா உலகம் துன்மார்க்கர்கள் நிறையப் பேர் புழங்கும் இடம். நான் துன்மார்க்கன் அல்ல. ஆனாலும் மனம் இப்படித்தான் சிந்திக்கும். ஏதும் நடக்காமலும் போகலாம். அவள் வெற்றிகரமான நடிகையாக உருவாகலாம். அனைத்திற்கும் வாய்ப்பு உள்ளது.

போட்டோ ஷூட்டிற்கு ஏற்பாடு செய்துவிட்டு, அவளைத் தொடர்புகொண்டு வரச் சொன்னேன். மிகுந்த பரவசத்துடன் மாற்று ஆடைகள் கொண்டுவர வேண்டுமா என்று கேட்டாள். கொண்டுவரச் சொன்னேன்.

ஷூட்டிற்கு முந்திய நாள் கனவில் என் அம்மா வந்தார். நான் பல் தேய்த்துக்கொண்டிருந்தபோது அவர் அடுக்களையிலிருந்து வந்தார். “உன்னிடம் மஞ்சள் நிறம் கொண்ட ஒரு பெண் வருவாள். அவளிடம் தவறாக நடந்துகொள்ளாதே. குலநாசம் ஏற்படும்” என்று கூறி மறைந்துவிட்டாள்.

நான் பகுத்தறிவுவாதி என்பதால் அது எப்படிக் குலநாசம் ஏற்படும் என்று யோசித்தேன். நடக்கப்போவது எதுவும் தர்க்கத்திற்கு உட்பட்டா நடக்கிறது. மனைவி என்னை விட்டுப் பிரிந்து செல்லலாம். பிள்ளைகள் என்மீது விரோதம் பாவிக்க லாம். அவளுக்கு நிறம்தானே மஞ்சள். தவிர உள்ளம் எப்படி இருக்கிறதென்று தெரியவில்லை. தவிர நான் நினைப்பதையே என் அம்மா சொல்வதாக கனவில் நான் கண்டிருக்கலாம்.

அடுத்த நாள் போட்டோ ஷூட்டிற்கு மஞ்சள் அழகி வந்தாள். எனக்குக் கண் கூசுவதுபோல் இருந்தது. அவளிடம் கண்ணியமாக நடந்துகொண்டேன். கூட அவளின் அம்மா வந்திருந்தாள். மஞ்சள் அழகி சினிமாவிற்குப் பொருத்தமானவள் என்று கேமிரா ஷூட்டில் அறிந்தேன்.

என் படத்திற்குக் கதாநாயகியாக அவளை அமர்த்தினேன். அவளை வசப்படுத்த எத்தனையோ சந்தர்ப்பங்கள் அமைந்தன. நான் எச்சரிக்கையாக இருந்தேன். அந்தப் படம் வெற்றியடைந்து அவளும் கதாநாயகியாக ஆகிவிட்டாள். அடிக்கடி வந்து என் காலில் விழுந்து ஆசீர்வாதம் பெற்றுச் செல்வாள். ஒருநாள் என்னைச் சந்தித்து ஒரு உதவி இயக்குநரைக் காதலிப்பதாகச் சொல்லி என்னிடம் யோசனை கேட்டாள். அந்த உதவி இயக்குநரை எனக்குத் தெரியும். நான் அவளிடம் அந்த எண்ணத்தைக் கைவிடுமாறு பக்குவமாகக் கூறினேன். அவள் கேட்டுக்கொண்டாள்.

அவளின் மஞ்சள் நிறம் பொன் நிறம் போல மாறியுள்ளதாக எனக்குத் தோன்றியது. பம்பாயிலிருந்து வரும் பெண்கள் ரோஜா நிறத்தில் இருப்பார்கள். இந்த மஞ்சள் அழகியை நான் இழந்தது சரியோ தவறோ. இப்போது அவளுக்கு ஆலோசகராக, பாதுகாவலராக இருக்கும் பாத்திரத்தை ஏற்றிருக்கிறேன். நமது செயல்கள் நம் வாழ்வை மாற்றிக்கொண்டேயிருக்கின்றன என்று நினைத்துக்கொண்டேன்.

o

ஆகஸ்ட் 2022

காலச்சுவடு பப்ளிகேஷன்ஸ் (பி) லிட்.
Published by Kalachuvadu Publications Pvt. Ltd.,
669, K.P. Road, Nagercoil 629001, India
Phone: 91-4652-278525
e-mail: publications@kalachuvadu.com

12/2022/S.No. 1115, kcp 3877, 18.6 (1) rss